பூலோகம் ஆனந்தத்தின் எல்லை

பூலோகம் ஆனந்தத்தின் எல்லை

என். சொக்கன்

ZDP
SPECIFICS

Title: Boologam Aanandhathin Ellai
Author's Name: N. Chokkan

Published by ZDP Specifics

ZDP Specifics
(An imprint of Zero Degree Publishing)
No.75 & 76, Ist Floor, Kuppusamy Street,
Balaji Nagar,
Padi,
Chennai - 600050

Website: www.zerodegreepublishing.com
E Mail id: zerodegreepublishing@gmail.com
Phone: 89250 61999

ZDP Specifics First Edition : June 2025

ISBN :978-93-48439-29-1

TITLE NO ZDPS :115

Rs.190/-

Layout: G.Selva kumar
Cover Design: Vijayan, Creative Studio
Printed at Rathna Offset, Chennai, India

உள்ளே

பயணம் தொடங்குமுன் 7

பகுதி 1: நாடுகள்

1. ஜப்பான்: விருந்தோம்பல் 11

2. ஹாலந்து: தூய்மை 17

3. ஜெர்மனி: நேரம் தவறாமை 24

4. சீனா: கடின உழைப்பு 32

5. வெனிசுலா: அழகுணர்ச்சி 40

6. அமெரிக்கா: சொந்தக் காலில் நிற்கும் முனைப்பு 48

7. ஃபிரான்ஸ்: காதல் பெருகட்டும் 56

8. சுவீடன்: மகளிருக்குப் பெருமதிப்பு 63

9. தாய்லாந்து: கொண்டாட்டம் 70

10. ஜமைக்கா: உடலினை உறுதி செய் 77

11. பூடான்: எல்லாருக்கும் மகிழ்ச்சி 85

12. ஐஸ்லாந்து: அமைதிப் பூங்கா 93

13. சிங்கப்பூர்: நம்மால் முடியும் 101

14. கியூபா: நலம் நிறைந்த வாழ்க்கை 109

பகுதி 2 : நகரங்கள்

1. வெனிஸ் 119

2. ரியோ டி ஜெனிரோ 122

3. மகாவ் 126

4. வான்கூவர் 130

5. ஹவாயீத் தீவுகள் 133

6. இஸ்தான்புல் 137

7. மெக்சிகோ 141

8. துபாய் 145

9. சிட்னி 149

பயணம் தொடங்குமுன்...

உலகில், இருநூற்றுக்கும் மேற்பட்ட நாடுகள், ஆயிரக்கணக்கான நகரங்கள் இருக்கின்றன. அவற்றில் எத்தனையை நமக்குத் தெரியும்?

விரல் விட்டு எண்ணிப் பார்த்தால் இருபதோ, முப்பதோ தேறும். கொஞ்சம் வரலாறு, புவியியல் படித்தவர்கள், பொது அறிவு ஆர்வம் கொண்டவர்களாக இருந்தால் ஐம்பது, அறுபதைத் தொடுவார்கள். அதற்குமேல் ரொம்பக் கஷ்டம்!

ஆக, நமக்குப் பெயர்கூட அறிமுகமில்லாத எத்தனையோ நாடுகள், நகரங்கள் உலகமெங்கும் இருக்கின்றன. ஒவ்வொன்றிலும் வெவ்வேறுவிதமான மனிதர்கள், குணங்கள், பழக்கவழக்கங்கள், புதுமைகள், புரட்சிகள், இனிமைகள்.

இந்தியா என்றால் 'வேற்றுமையில் ஒற்றுமை' என்று பெருமையோடு சொல்கிறோமில்லையா? அதுபோல, இந்த நாடுகள், நகரங்கள் ஒவ்வொன்றுக்கும் ஒரு சிறப்பு அம்சமாவது இருக்கிறது. ஒவ்வொரு நாட்டிடமும், நகரத்திடமும் நாம் பாடம் படித்துக்கொள்ளவேண்டிய விஷயங்கள் சிலதாவது தென்படுகின்றன.

பல நாடுகளை, நகரங்களை, அவற்றின் சிறப்பம்சங்களை இந்தப் புத்தகம் விரிவாகத் தொட்டுச் செல்லும். சொற்களின் வழியாக ஓர் உலகப் பயணம் இது!

நாடுகள், நகரங்களின் தனித்துவத்தை அடிக்கோடிட்டுக் காட்டுகின்ற இந்தக் கட்டுரைகளை மொத்தமாகத் தொகுத்துப் படிக்கும்போது, அவற்றை நான் சற்று மிகைப்படுத்தி, பொதுமைப்படுத்திச் சொல்லியிருக்கிறேனோ என்கிற எண்ணம் வருகிறது. அது சிறிதளவு உண்மைதான். எனினும், இதில் பொய்யோ கற்பனையோ இல்லை. பெரும்பான்மை மக்களிடம் பார்க்கமுடிகிற பண்பை எல்லாருக்கும் பொருத்திப் பேசியிருக்கிறேன். இதற்கு

விதிவிலக்கானவர்களும் அந்தந்த நாடுகள், நகரங்களில் இருப்பார்கள்தான் என்கிற புரிந்துகொள்ளலுடன் இதைப் படிக்க வேண்டுகிறேன்.

இந்தக் கட்டுரைகளின் சுருக்கமான வடிவங்கள் ‘மல்லிகை மகள்’ மாத இதழில் வெளிவந்தன. புவியியல் குறிப்புகளாக மட்டுமே நமக்கு அறிமுகமாகியிருக்கும் நாடுகளை, நகரங்களைச் சமூகவியல் பார்வையில் பார்த்து, அந்தந்த நாடுகளின், நகரங்களின் மக்களிடமிருந்து நாம் கற்றுக்கொள்ளக்கூடிய நல்ல விஷயங்களை விவரித்த இந்தக் கட்டுரைகளை எழுத ஊக்கம் அளித்தவர் அவ்விதழின் ஆசிரியர் திரு ம. கா. சிவஞானம். அவருக்கும், இந்தத் தொடருக்கு மிகச் சிறந்த வரவேற்பளித்த எண்ணற்ற வாசகர்களுக்கும் என் நன்றி.

என்றும் அன்புடன்,
என். சொக்கன்,
பெங்களூரு.
ஆசிரியர் தினம், 2011

பகுதி 1 : நாடுகள்

1. ஜப்பான் : விருந்தோம்பல்

கேப்ஸ்யூல் அறை!

பெயரைக் கேட்டால் விநோதமாக இருக்கிறது. ஆனால் ஜப்பானில் ஊர் விட்டு ஊர் செல்லும் பலருக்கு இந்தக் கேப்ஸ்யூல் அறைகள்தான் போக்கிடம்.

உண்மையாகவே கொஞ்சம் பெரிய அளவிலான கேப்ஸ்யூல்போலக் குட்டியூண்டு அறைகள்தான். மூன்றடிக்கு ஆறடி அகலத்தில் ஒரு சின்னக் கட்டில் போட்டு, ஓரத்தில் தொலைக்காட்சிப் பெட்டி வைத்திருப்பார்கள். அப்புறம், மூன்றடி உயரத்தில் ஒரு சின்ன விளக்கு.

அவ்வளவுதான். அவ்வளவேதான். இந்தக் கேப்ஸ்யூலுக்குள் நீங்கள் உட்காரலாம், படுக்கலாம், தொலைக்காட்சி பார்க்கலாம், காலாறக் கொஞ்சம் நடக்கலாம் என்றால் முடியாது.

குட்டியூண்டு நாடான ஜப்பானில் மிகப் பெரிய பிரச்னை, இடம். வேறு எதை வேண்டுமானாலும் அவர்களால் காசு கொடுத்து வாங்கிவிடமுடியும். இடம்மட்டும் கிடைக்காது. ஆகவேதான் அவர்கள் தங்களுடைய விருந்தினர்களை இப்படித் துளியூண்டு கேப்ஸ்யூல் அறைகளுக்குள் அடைத்துவைக்கவேண்டிய கட்டாயம்.

ஆனால், நிலத்தில் இல்லாத இடம் ஜப்பானியர்களின் மனத்தில் இருக்கிறது. அவர்களுடைய விருந்தோம்பல் உலகப் புகழ் பெற்றது.

ஜப்பானுக்குப் பயணம் வருகிற எந்த வெளிநாட்டுக்காரரும் சற்றுக் கனத்த மனத்துடன்தான் தன்னுடைய சொந்த ஊருக்குத் திரும்பிச் செல்வார். அந்த அளவுக்கு விருந்தினர்களைத் தங்களுடைய அன்பால், கவனிப்பால் குளிப்பாட்டக்கூடிய நேசம் ஜப்பானியர்களுடையது.

தங்கள் வீடுகளுக்கு யார் வந்தாலும் அவர்களை முகம் மலர வரவேற்பது ஜப்பானின் நாட்டுக் குணம். அந்த விநாடியிலிருந்து அந்த வீட்டுச் சொந்தக்காரர்களுக்குமட்டுமில்லை, அவர்களுடைய நண்பர்கள், உறவினர்கள் எல்லாருக்கும் நாம் விருந்தினர்களாகிவிடுகிறோம். நம்மை நன்றாகப் பார்த்துக் கொள்ளும் பொறுப்பை அவர்கள் மனமார ஏற்றுக்கொண்டு விடுகிறார்கள்.

வீட்டுக்கு வரும் விருந்தினர்களிடம் ஜப்பானியர்கள் மிகவும் பணிவாகத்தான் பேசுவார்கள். அவர்கள் என்ன கேட்டாலும் மறுக்கமாட்டார்கள். தலைகீழாக நின்று தண்ணீர் குடித்தாவது அவர்கள் கேட்கும் விஷயத்தைச் செய்து தந்துவிடவேண்டும் என்று முனைவார்கள். பல நேரங்களில் நாம் கேட்காத விஷயங்களும்கூடக் கிடைத்துக்கொண்டே இருக்கும்.

‘விருந்தினர்களைத் தனியே விடுவது ஜப்பானியர்களுக்குப் பிடிக்கவே பிடிக்காது’ என்கிறார் சமீபத்தில் ஜப்பான் சென்று திரும்பிய இந்தியர் ஷஃபி அஹமது, ‘எந்நேரமும் நம்முடைய பக்கத்திலேயே இருந்து, வேண்டிய உதவிகளைச் செய்து தரவேண்டும் என்றுதான் அவர்கள் விரும்புவார்கள்.’

இதனால், நாம் எங்காவது வேலை விஷயமாக, அல்லது சும்மா சுற்றிப் பார்ப்பதற்காக வெளியில் கிளம்பினால்கூட, ஜப்பானியர்கள் நம்மைத் தனியாக விட்டுவிடமாட்டார்கள். அந்த வீட்டில் இருக்கும் ஒரு பையனோ, பெண்ணோ நமக்கு வழிகாட்டுவதற்கு, வேறு உதவிகளுக்காக என்று கூடவே புறப்பட்டு விடுவார்கள்.

‘என்னுடன் வந்த ஜப்பானிய நண்பர் என்னைச் செலவு செய்ய அனுமதிக்கவே இல்லை’ என்கிறார் ஷஃபி அஹமது, ‘நான் பையைத் திறப்பதற்குள் என்னை முந்திக்கொண்டு எல்லாவற்றுக்கும் அவரேதான் பணம் கொடுத்தார்.’

'இது என்ன புதுப் பழக்கம்' என்று நாம் நெளிந்தாலும் அவர்களுக்குப் புரியாது. ஜப்பானியர்களைப் பொறுத்தவரை விருந்தினர்கள் கண்ணாடிப் பாத்திரம்மாதிரி. கவனமாகக் கையாளவேண்டும், பாதுகாப்பாக உங்களைக் காப்பாற்றி வழியனுப்பிவைக்கவேண்டியது அவர்களுடைய பொறுப்பு.

நாம் வெளிநாட்டிலிருந்து வருகிறவர்கள் என்றால், 'உங்களுடைய நாட்டைப்பற்றிச் சொல்லுங்கள்' என்று ஜப்பானியர்கள் கண்டிப்பாக விசாரிப்பார்கள். நாம் ஊர்க்கதையை அவிழ்த்துவிட்டால் கண் கொட்டாமல் கவனித்துக் கேட்பார்கள்.

இதற்குக் காரணம் அவர்களுக்கு இந்தியாமீது உள்ள அக்கறையோ, ஆர்வமோ இல்லை. யாருக்கும் தங்களுடைய சொந்த நாட்டைப் பற்றிப் பேசுவதற்குப் பிடிக்கும். அந்த மகிழ்ச்சியை விருந்தினருக்கு வழங்குவதற்காகத்தான் ஜப்பானியர்கள் நம்முடைய ஊர்க்கதையைச் சொல்லக் கேட்கிறார்கள்!

2002ம் ஆண்டு கால்பந்து உலகக் கோப்பைப் போட்டிகள் ஜப்பானில் நடைபெற்றன. அவற்றில் கலந்துகொள்வதற்காகப் பல நாடுகளைச் சேர்ந்த அணிகள் ஜப்பானுக்கு வந்திருந்தார்கள்.

'ஜப்பானில் பலருக்குக் கால்பந்து என்றால் வட்டமா, சதுரமா என்பதுகூடத் தெரியாது. ஆனால் நம் ஊருக்கு வந்த விருந்தினர்களை மகிழ்ச்சியாகப் பார்த்துக்கொள்ளவேண்டும் என்பதுமட்டும் தெரியும்' என்கிறார் எய்லி ஹ்ஸு (Eily Hsu). அயர்லாந்துக் கால்பந்து அணியின் மொழிபெயர்ப்பாளராக ஜப்பான் சென்றிருந்தவர் இவர்.

'நாங்கள் சென்ற ஒவ்வோர் ஊரிலும் ஜப்பானியர்கள் எங்களுக்கு வழங்கிய வரவேற்பைப் பார்த்து மலைத்துப்போனோம். சில ஊர்களில் எங்களுடைய (அயர்லாந்து) நாட்டுப் பண்ணை (தேசிய கீதத்தை) அப்படியே மனப்பாடம் செய்து மழலை மொழியில் பாடிக் காண்பித்து அசத்திவிட்டார்கள்.'

விருந்துச் சாப்பாடு என்று வந்துவிட்டால் ஜப்பானியர்கள் நாற்பது பண்டங்களுக்குக் குறைவாகச் சமைக்கமாட்டார்கள். அவர்களுடைய உணவுமுறை நமக்குப் பழக்கமில்லை என்பதால் ஒவ்வொரு பண்டமாகக் கொஞ்சம் கொஞ்சம் பரிமாறி, 'இதைச் சாப்பிடுங்கள்' என்று அன்போடு கேட்டுக்கொள்வார்கள். அந்தப்

பண்டத்தைச் சாப்பிடும்போது நம்முடைய முகம் எப்படி மாறுகிறது என்பதைக் கவனித்து, அதற்கேற்ப இன்னும் பரிமாறுவார்கள்.

அடுத்தடுத்து கேக், இனிப்புகள், நூடுல்ஸ், அரிசி, காய்கறிகள், சுஷி மீன், இறைச்சி என ஒவ்வொன்றாக வந்துகொண்டே இருக்கும். தட்டு காலியாக, காலியாக மேலும் நிரப்பிக்கொண்டே இருப்பார்கள். விருந்தினர் நொந்துபோய் 'ஐயா, சாமி, போதும்' என்று ஆனந்தக் கண்ணீருடன் கதறும்வரை விடமாட்டார்கள்!

'வீட்டுக்கு வந்த விருந்தினர்கள் கிளம்பிச் செல்லும்போது வெறுமனே, 'டாட்டா, பை பை' சொல்லி வழியனுப்புகிற பழக்கம் ஜப்பானில் கிடையாது' என்கிறார் அமெரிக்காவைச் சேர்ந்த பிராண்டன் சா, 'நான் ஜப்பான் சென்றிருந்தபோது, ஓவ்வோர் ஊரிலும், அடுத்து நான் எந்த ஊருக்குப் போகிறேன் என்று அக்கறையோடு விசாரித்துத் தெரிந்துகொண்டார்கள், அங்கு இருக்கும் தங்களுடைய நண்பர்கள் அல்லது உறவினர்களுக்கு இதைப்பற்றி முன்கூட்டியே தகவல் சொல்லிவிட்டார்கள்.'

பிறகென்ன? நாம் அந்த ஊரில் சென்று இறங்கியதும் இன்னொரு ஜப்பானியக் குடும்பம் நம்மை அதே நேசத்துடன் வரவேற்கும். அந்த வீட்டிலும் நமக்கு வேண்டிய விஷயங்கள் எல்லாவற்றையும் முகம் சுளிக்காமல் செய்து தருவதற்குக் காத்திருப்பார்கள். 'இப்படி ஜப்பானில் நான் இருந்த சிறிது காலத்துக்குள் மூன்று ஜப்பானியக் குடும்பங்கள் என்னைப் பரிவோடு பார்த்துக்கொண்டன' என்று நெகிழ்கிறார் பிராண்டன்.

பரிசுகள் தருவது ஜப்பானியர்களுக்கு மிகவும் பிடித்தமான விஷயம். வந்திருக்கும் விருந்தினருக்கு என்னமாதிரியான பொருள்கள் பிடிக்கும், பயன்படும் என்று பலவிதமாகச் சிந்தித்து, நம்மைக் கண்டிப்பாகக் கவரக்கூடிய ஒரு பரிசைத் தேர்ந்தெடுப்பார்கள்.

அதையும் நேராக நம் கையில் கொடுத்துவிடமாட்டார்கள். பல வண்ணக் காகிதங்களால் சுற்றி, அழகாகப் பொட்டலம் கட்டி, அதன்மீது விதவிதமான நாடாக்களையெல்லாம் கட்டிச் சாக்லெட் முடிச்சுப் போட்டால்தான் அவர்களுக்கு மகிழ்ச்சியாக இருக்கும். அதன்பிறகு, நம் எதிரில் வந்து நின்று, உடலை நாற்பத்தைந்து டிகிரிக்கு வளைத்துப் பணிவோடு பரிசைக் கையில் கொடுப்பார்கள்.

நமக்குத் திகைப்பாக இருக்கும், 'பரிசா? எனக்கா? எதுக்கு?'

பரிசு கொடுக்கக் காரணம் வேண்டுமா? நீங்கள் எங்கள் விருந்தினர். அதற்குதான் பரிசு.

இதனால், ஜப்பானுக்கு யார் சென்றாலும் முதல் ஒன்றிரண்டு நாள்களுக்குள் ஏழெட்டுப் பரிசுகளாவது கிடைத்துவிடும். சந்திக்கிற ஒவ்வொருவரும் வணக்கம் சொல்லிப் பேசத் தொடங்கிய சில நிமிடங்களுக்குள் உங்களுக்கு ஒரு பரிசு தர ஆயத்தமாகி விடுவார்கள்.

இந்தக் கவனிப்பு எல்லாம் நமக்கு அறிமுகமானவர்கள் வட்டாரத்தில்மட்டுமில்லை. தெருவில் எதிர்ப்படும் முகம் தெரியாத மனிதர்கள்கூட நம்மைத் தங்களுடைய விருந்தினர்களாகவே நினைத்து மதிப்பைக் காட்டுவார்கள். சூப்பர் மார்க்கெட், ரயில் நிலைய வரிசைகளில் யாரேனும் வெளிநாட்டு முகம் தென்பட்டால் போதும், 'நீங்க முன்னாடி போங்க சார்' என்று ஜப்பானியர்கள் ஒதுங்கி வழிவிடுவார்கள்.

இதையெல்லாம் ஜப்பானியர்கள் கடமைக்குச் செய்வது கிடையாது. முகம் நிறையப் புன்னகை, மகிழ்ச்சி, உங்களுக்குச் சேவை செய்ய, உங்களைக் கவனித்துக்கொள்ளமட்டும்தான் நான் பிறந்தேன் என்பதுபோன்ற மன நிறைவை வெளிப்படுத்தும் அவர்களுடைய முகத் தோற்றம் என எல்லாமே விருந்தோம்பலின் மிகச் சிறந்த அடையாளங்களாக நமக்குத் தோன்றும்!

ஜப்பானியர்களின் விருந்தோம்பல் பண்பை முழுமையாகப் புரிந்துகொள்ளவேண்டுமானால், அதற்கு ஒரு சின்ன மந்திரம் இருக்கிறது: 'சா-நோ-யூ'!

அவர்கள் மொழியில் 'சா-நோ-யூ' என்றால், 'தேநீர்' (டீ). ஜப்பானியர்களுடைய பண்பாட்டில் தேநீருக்கு மிகுந்த முதன்மைத்துவமும் மதிப்பும் உண்டு. தங்களுடைய விருந்தினர்களுக்குத் தேநீர் வழங்கிப் பெருமைப்படுத்துவதற்காகவே 'சா-நோ-யூ' என்ற பெயரில் அதனை ஒரு குட்டித் திருவிழாபோல் கொண்டாடுகிறார்கள் ஜப்பானியர்கள்.

இந்தத் தேநீர்த் திருவிழாக்களுக்கென்று சில குறிப்பிட்ட வழிமுறைகள் உண்டு. ஜப்பானியர்கள் தலைமுறை தலைமுறையாக இவற்றில் எந்த மாற்றமும் செய்யாமல் பின்பற்றிவருகிறார்கள்.

விருந்தினர்களை முதலில் ஒரு பூந்தோட்டத்தில் காத்திருக்க வைப்பார்கள், தேநீர் விருந்துக்கான நேரம் நெருங்கியதும் அவர்களை உரிய மதிப்புடன் அழைப்பார்கள்.

இதையடுத்து, விருந்தினர்கள் கை, கால்களை நன்றாகத் தூய்மைப்படுத்திக்கொண்டு, வாய் கொப்பளித்துக்கொண்டு தேநீர் அறைக்குள் நுழைவார்கள். அங்கு எல்லாருக்கும் ஒரேமாதிரியான இருக்கைகள் அல்லது பாய்கள் போடப்பட்டிருக்கும். சுவரில் அழகான ஓவியங்கள், எழிலான பொருள்கள், சுற்றிலும் மென்மையான நறுமணம்.

விருந்தினர்கள் எல்லாரும் அமர்ந்ததும், விருந்து வழங்குபவர் அவர்களுக்குமுன் ஒரு பாத்திரத்தில் தண்ணீரைக் கொதிக்கச் செய்வார். தேநீர் தயாரிப்பதற்கான கருவிகள், பாத்திரங்களைத் தூய்மைப்படுத்துவார். பின்னர் ஒரு குறிப்பிட்ட அளவு தேயிலையைத் தண்ணீரில் கலந்து, மணக்க மணக்க 'டீ' தயாராகும்.

இவை அனைத்துக்கும் குறிப்பிட்ட வழிமுறைகள் இருக்கின்றன. அவற்றிலிருந்து கொஞ்சம் பிசகினாலும் அது வந்திருக்கும் விருந்தினர்களை அவமதிப்பதாகக் கருதப்படும்.

தேநீர் பரிமாறப்பட்டதும், விருந்தினர்கள் அதனை மெல்ல ருசித்துக் குடிப்பார்கள். ஏதாவது கட்டாயத் தேவை இருந்தாலன்றி யாரும் எதுவும் பேசுவதில்லை. அந்தச் சூழலை அனுபவித்தபடி தேநீரை அருந்துவதுதான் இந்தத் திருவிழாவின் நோக்கம்.

சும்மா டீ குடிப்பதுதானே என்று நாம் அலட்சியமாக நினைக்கிறோம். ஆனால் ஜப்பானியர்களைப் பொறுத்தவரை அவர்கள் தங்களுடைய விருந்தினர்களுடன் செலவழிக்கும் ஒவ்வொரு விநாடியையும் முழுமையாக அனுபவித்து ரசிக்க விரும்புகிறார்கள்.

ஏனெனில், இந்த விநாடி கடந்துபோய்விட்டால் இந்த அனுபவம் மீண்டும் ஒருமுறை வாய்க்கப்போவதில்லை, இந்த மனிதர்களின் நட்பு, நேசம் மறுபடி கிடைக்கப்போவதில்லை. இந்த எண்ணம்தான் ஜப்பானிய விருந்தோம்பலின் அடிப்படை வேராக அமைந்திருக்கிறது!

★★★

2. ஹாலந்து : தூய்மை

'யோவ், அங்கயே நில்லுய்யா' அதட்டலாக ஒரு பெண்ணின் குரல் கேட்டது.

அந்த மனிதர், அப்படியே வெலவெலத்துப்போய் நின்றுவிட்டார். யார் அது என்னை மிரட்டுவது?

அவருடைய வியப்புக்குக் காரணம், அவர் அந்த நகரத்தின் மிகப் பெரிய புள்ளிகளில் ஒருவர், நிறையச் சொத்து, வசதிகள், சமூகத்தில் மதிப்பு என்று அரசரைப்போல் வாழ்கிறவர்.

அப்பேர்ப்பட்ட மனிதரைப்போய், யாரோ 'யோவ்' போட்டுப் பேசுகிறார்கள், 'நில்லுய்யா' என்று அதட்டுகிறார்கள். அவர் சினத்துடன் சுற்றிலும் பார்த்தார்.

சமையலறையிலிருந்து ஒரு பெண் எதிர்ப்பட்டார், அவர் முகத்தில் எள்ளும் கொள்ளும் வெடித்துக்கொண்டிருந்தன, 'யோவ், உனக்கு அறிவில்லை? இப்படியா அழுக்கு ஷூ போட்டுக்கிட்டு வீட்டுக்குள்ளே வருவே?'

பெரிய மனிதர் சட்டென்று குனிந்து பார்த்தார். என்னுடைய காலணி அப்படியொன்றும் அழுக்காக இல்லையே! பிறகு ஏன் இந்தப் பெண்ணுக்கு இவ்வளவு எரிச்சல்?

அந்தப் பெண் இன்னும் சினத்துடன் அவரையே முறைத்துக் கொண்டிருந்தார், 'இப்படி அசிங்கமான ஒரு ஷூவைப்

போட்டுக்கிட்டு வந்து என் வீட்டை அழுக்காக்கிட்டியே. வெளிய போய்யா' என்று கத்தினார் அவர்.

சொன்னதோடு நிற்கவில்லை, 'ம்ஹூம், நீ திரும்பவும் நடந்து போனா மறுபடி என்னுடைய தரை அழுக்காகும்' என்று சொன்னவர் அந்த மனிதரை அலேக்காகத் தூக்கி வீட்டுக்கு வெளியில் வீசிவிட்டார்.

பதறாதீர்கள். இது ஒரு கற்பனைக் கதைதான். ஆனால், ஹாலந்து நாட்டின் தூய்மையைப்பற்றிப் பேசுகிறவர்கள் எல்லாரும் அங்கு நிகழ்ந்ததாக நம்பப்படும் இந்தச் சம்பவத்தைத் தவறாமல் மேற்கோள் காட்டுகிறார்கள்.

உலகம்முழுவதும் தூய்மைக்குப் பெயர் போன நாடு ஹாலந்து. அந்த ஊர் மக்களின் தூய்மை விருப்பம், அல்லது வெறியைப்பற்றிக் கேள்விப்படும்போது, இப்படி ஒரு நிகழ்ச்சி அங்கு உண்மையாகவே நடந்திருக்க வாய்ப்புகள் உண்டு என்றுதான் நம்பத் தோன்றுகிறது.

பொதுவாக நாம் எல்லாருமே தூய்மையாக இருக்கவேண்டும் என்று விரும்புகிறவர்கள்தான். காலை எழுந்தவுடன் படுக்கையை மடித்துவைப்பது, பல் துலக்குவதில் தொடங்கி, குளியல், சாப்பிடுவதற்குமுன் கை கழுவுவது, வீட்டைப் பெருக்கித் தூய்மைப்படுத்துவது, பாத்திரங்கள், நாற்காலிகளைத் துடைத்துத் தூசு தட்டுவது என்று பலவிதங்களில் நாம் தூய்மையைப் பேணுகிறோம்.

ஆனால், ஹாலந்து மக்கள் இந்த விஷயத்தில் நம்மைவிடப் பல மடங்கு மேலே நிற்கிறார்கள். அவர்களைப் பொறுத்தவரை தூய்மைதான் முதல் கடவுள். மற்ற எல்லாம் அதற்குப்பிறகுதான்.

நம்மைப்போன்ற வெளிநாட்டவர்கள் ஹாலந்துக்குச் சென்றால், விமான நிலையத்திலிருந்து வெளியே வந்ததும் முதன்முதலாகக் கண்ணில் படும் விஷயம், மிகத் தூய்மையான சாலைகள்.

'தூய்மை என்றால் அப்படி ஒரு தூய்மை. ஹாலந்து நாட்டுச் சாலைகள் நம் வீடுகளைவிடத் தூய்மையானவை' என்று வியந்து எழுதியிருக்கிறார் புகழ் பெற்ற இங்கிலாந்துப் பிரபு செஸ்டர்ஃபீல்ட்.

இத்தனைக்கும் ஹாலந்து நாட்டுச் சாலைகளின் இருபுறமும் யாரோ ஓர் அந்தக் கால அசோகர் நிறைய மரங்களை நட்டு

வைத்திருக்கிறார். ஆனால், கீழே ஓர் இலை, தழையைக்கூடப் பார்க்கமுடியாது.

ஏனெனில், மரங்களிலிருந்து உதிர்ந்து விழும் இலைகளைப் பொறுக்கிப் போடுவதற்காக அந்த மரங்களுக்குக் கீழேயே குப்பைத்தொட்டிகளை வைத்திருக்கிறார்கள். இதற்கென்று ஹாலந்து நகர நிர்வாகங்கள் தனியாகப் பல தூய்மைப் பணியாளர்களை நியமித்திருக்கிறார்கள்.

தூய்மைப் பிரியர்களான ஹாலந்து மக்களுக்குக் குப்பை என்றால் ஒவ்வாமைதான். சாலையில் ஏதேனும் ஒரு துண்டுத் தாள் அல்லது துண்டுத் துணியைப் பார்த்துவிட்டால் போதும், எத்தனைப் பெரிய பதவியில் இருக்கிறவரும், எவ்வளவு விரைவாக ஓடிக்கொண்டிருக்கிறவரும்கூட ஒரு நிமிடம் நின்று, குனிந்து, அதை எடுத்துக் குப்பைத்தொட்டியில் சேர்த்துவிட்டுதான் மறுவேலை பார்ப்பார்கள்.

இதற்காக அந்த நாட்டு அரசாங்கம் சட்டம் எதுவும் போடவில்லை, 'சாலையில் குப்பை கிடந்தால் இத்தனை ஆயிரம் ரூபாய் அபராதம்' என்பதுபோன்ற விதிமுறைகள் இல்லாமலேயே ஹாலந்து மக்கள் தூய்மையைத் தங்களுடைய வாழ்க்கைமுறையாக வகுத்துக்கொண்டிருக்கிறார்கள்.

சாலைகளில்மட்டுமில்லை, ஹாலந்து மக்களின் வீட்டிலும், பொது இடங்களிலும்கூட இந்த மிகச் சிறந்த தூய்மையைப் பார்க்கமுடியும்.

முதன்முதலாக ஹாலந்துக்கு வந்த இத்தாலிய எழுத்தாளர் எட்மண்டோ டி அமிசிஸ் அங்கு தென்பட்ட தூய்மையைப் பார்த்து அசந்துபோய்விட்டார், 'படுக்கை விரிப்புகள் பால் வெள்ளையாகப் புதுசுபோல் மின்னுகின்றன. சன்னல்களைத் தேய்த்துத் தேய்த்துத் தூய்மையாக்கி, அங்கு உண்மையாக ஒரு கண்ணாடி இருக்கிறதா, இல்லையா என்று ஐயம் எழும் அளவுக்குத் தூய்மையாக வைத்திருக்கிறார்கள். தரையில் நுண்ணோக்கி வைத்துத் தேடினாலும் ஒரு புள்ளி அழுக்குகூட இல்லை.'

இத்தனைத் தூய்மை சும்மா வந்துவிடுமா? ஹாலந்துக் குடிமக்கள் தங்களுடைய வீட்டை, பணியிடத்தைத் தூய்மையாக வைத்துக்கொள்வதற்காக மிகுந்த அக்கறையோடு

மெனக்கெடுகிறார்கள். இதற்காக, ஒவ்வொரு வீட்டிலும் நிறையச் சிறப்புக் கருவிகளைச் சேர்த்துவைத்திருக்கிறார்கள்.

முதலில் விளக்குமாறு, பிரஷ் கொண்டு தரையைத் தூய்மைப் படுத்துகிறார்கள். அடுத்து, சோப்பு நீரில் நனைத்த ஈரத் துணி கொண்டு வீட்டின் ஒவ்வொரு சதுர அங்குலத்தையும் துடைக்கிறார்கள். எங்கேனும் ஒரு சின்னக் கறை தென்பட்டுவிட்டால் போச்சு! தேய்த்துத் தேய்த்து அதை நீக்கியபிறகுதான் அவர்களுக்கு நிம்மதியாக இருக்கும்.

'இதையெல்லாம் நானும்தான் என் வீட்டில் செய்கிறேன். ஹாலந்தில்மட்டும் என்ன சிறப்பு?' என்கிறீர்களா? விஷயம் இனிமேல்தான் ஆரம்பிக்கிறது.

வெறுமனே தரையைத் துடைப்பதோடு தூய்மை முடிந்து விடுவதில்லை. ஹாலந்து இல்லத்தரசிகள் வீட்டின் சுவர்களைக்கூடக் கவனமாகக் கழுவித் துடைத்துத் தூய்மையாக்குகிறார்கள். இதேபோல் படிக்கட்டுகள், முற்றம், புழக்கடை, இன்னும் சோஃபா, நாற்காலி, ஸ்டூல், மேசை, கட்டில் என எல்லாவற்றுக்கும் அடிக்கடி குளியல் திருவிழா உண்டு.

தரையிலோ, சுவரிலோ ஏதேனும் வெடிப்புகள் தென்பட்டால், அவற்றுக்குள் ஊதி, உள்ளிருக்கும் தூசுகளை வெளிக்கொண்டுவந்து நீக்குவார்கள். ஒருவேளை அழுக்கு வெளியில் வர மறுத்தால் அதைத் தோண்டி எடுப்பதற்கென்றே பல சிறப்புக் கருவிகள் ஹாலந்தில் உண்டு.

அதன்பிறகு, வீட்டின் கதவுகள், சன்னல்களைத் தூய்மைப்படுத்தும் வேலை தொடங்கும். சுலபத்தில் எட்டுகிற சன்னல்களைக் கையால் துடைப்பார்கள். உயரத்தில் உள்ள சன்னல்கள்மீது நீர் பாய்ச்சுவதற்கு, துடைப்பதற்குப் பல கருவிகளைப் பயன்படுத்து கிறார்கள். கடைசியாக, கதவு, சன்னல்களின் கைப்பிடிகளை மெருகேற்றிப் பளபளப்பாக்குகிறார்கள்.

'இத்தனையையும் செய்து முடிப்பதற்கு எவ்வளவு நேரமாகுமோ' என்று மலைப்பதற்குள் இந்த விஷயத்தையும் தெரிந்துகொள்ளுங்கள்: இப்படி வாரத்துக்கு இரண்டு முறையாவது வீட்டைத் தலைகீழாகப் புரட்டித் தூய்மையாக்கினால்தான் ஹாலந்து இல்லத்தரசிகளுக்கு ஒழுங்காகத் தூக்கம் வரும்.

அதற்காக மற்ற நாளெல்லாம் அவர்கள் சும்மா இருக்கிறார்கள் என்று பொருள் இல்லை. திங்கள்கிழமை வரவேற்பறையைத் தூய்மைப்படுத்தவேண்டும், செவ்வாய்க்கிழமை தோட்ட வேலைகள், புதன்கிழமை சமையலறை என்று திட்டம் வகுத்துக்கொண்டு நாள்தோறும் கொஞ்சம் கொஞ்சமாகத் தங்களுடைய தூய்மைக் கடமைகளை நிறைவேற்றுகிறார்கள்.

இந்த விஷயத்தில் ஏழை, பணக்காரர், கிராமம், நகரம், இந்த மதம், அந்த மதம் என்கிற வேறுபாடுகளே கிடையாது. ஹாலந்தில் உள்ள எவரையும், 'நீ ஒரு பொறுக்கி' என்று சொன்னால்கூடப் பொறுத்துக்கொள்வார்கள், 'உன் வீடு அழுக்காக இருக்கிறது' என்று யாரேனும் சொல்லிவிட்டால் அவர்களால் தாங்கிக்கொள்ளமுடியாது.

எப்போதாவது வீட்டில் ஒரு கரப்பான் அல்லது மூட்டைப்பூச்சி தென்பட்டுவிட்டால் போச்சு. குடும்ப உறுப்பினர்கள் எல்லாரையும் வெளியில் தள்ளிவிட்டு வீட்டைப் போர்க்கால அடிப்படையில் தூய்மையாக்குவார்கள். இரண்டு மணி நேரமோ, இரண்டு நாள்களோ, எத்தனை நேரமானாலும் சரி, அந்தக் கரப்பானை எப்படியாவது கண்டுபிடித்து வெளியேற்றியபிறகுதான் அவர்களுக்கு நிம்மதியாகும்.

பதினேழாம் நூற்றாண்டின் நடுவில், லண்டன் நகரத்தில் கொடுமையான பிளேக் நோய் தொற்றிக்கொண்டது. இதனால் ஏராளமானோர் கொத்துக்கொத்தாக மரணமடைந்தார்கள்.

ஆனால் அதே நேரத்தில், பக்கத்திலிருந்த ஹாலந்து நாட்டில் பெரிதாக பாதிப்பு எதுவும் இல்லை. இதற்குக் காரணம், அவர்களுடைய தூய்மையான சூழ்நிலைதான்!

ஆண்டுதோறும் ஹாலந்தில் 'ட்யூலிப் திருவிழா' என்ற மலர்க் கண்காட்சி நடைபெறும். அப்போது உலகம்முழுவதிலும் இருந்து மக்கள் ஹாலந்தைப் பார்க்க வருவார்கள்.

பொதுவாகவே ஹாலந்து மக்கள் தூய்மை வெறியர்கள். இதுபோல் வெளியூர் விருந்தாளிகள் வரும்போது சும்மா இருப்பார்களா?

ட்யூலிப் திருவிழாவுக்குச் சற்று முன்பாக ஹாலந்தில் வேறொரு முதன்மையான நிகழ்ச்சி நடைபெறும், அதன் பெயர், 'வெள்ளைக்

கையுறைத் திருவிழா’. இந்தக் கொண்டாட்டத்தை நேரில் பார்த்த அமெரிக்கப் பயணி ஆனி, அதைச் சுவையாக விவரிக்கிறார்:

ஒரு நகரத்தின் தலைவர் தன்னுடைய கையில் வெள்ளைக் கையுறை (கிளவுஸ்) அணிந்துகொண்டு வெளியில் வருகிறார், சாலையை லேசாகத் தேய்க்கிறார்.

உடனே என்ன ஆகும்? சாலையில் இருக்கும் அழுக்கு அவருடைய வெள்ளைக் கிளவுஸில் ஒட்டிக்கொள்ளும்.

அதைச் சுட்டிக்காட்டி, ‘ம்ஹூம், நம்முடைய தெருக்கள் ரொம்ப அழுக்காக இருக்கின்றன’ என்று அறிவிக்கிறார் நகரத் தலைவர், ‘மக்களே, நீங்கள்தான் இதைத் தூய்மைப்படுத்தவேண்டும்.’

அவ்வளவுதான். நூற்றுக்கணக்கான ஹாலந்து மக்கள் வரிந்துகட்டிக்கொண்டு களத்தில் குதிக்கிறார்கள். வாளி வாளியாகத் தண்ணீர், பெரிய பிரஷ்களைக் கொண்டு சாலையைக் கொஞ்சம் கொஞ்சமாகத் தேய்த்துத் தூய்மைப்படுத்துகிறார்கள்.

இதை அவர்கள் ஒரு சுமையாகவே நினைப்பதில்லை. தங்களுடைய சாலைகளைத் தூய்மைப்படுத்துவதற்கான வாய்ப்பை ஒவ்வொரு ஹாலந்துக் குடிமகனும் மிகப் பெரிய பெருமையாகக் கருதுகிறான். ஒருவர்மீது ஒருவர் தண்ணீரை வாரியிறைத்தபடி மகிழ்ச்சியாக வேலை நடக்கிறது.

இந்த வெள்ளைக் கையுறைத் திருவிழா, இன்று, நேற்று இல்லை, கிட்டத்தட்ட முக்கால் நூற்றாண்டு காலமாகப் பின்பற்றப்பட்டுவருகிறது. ‘ட்யூலிப் திருவிழா’வுக்கு வரும் வெளிநாட்டுப் பயணிகள் இந்தத் தூய்மைத் திருவிழாவையும் ஆவலோடு பார்த்து ரசிக்கிறார்கள்.

ஹாலந்து நாட்டில் முதன்மை நகரங்கள்மட்டுமின்றி, கிராமங்கள், குக்கிராமங்கள் என எங்கு சுற்றிவந்தாலும், இப்படி ஒரு மிகத் தூய்மையான சூழ்நிலையைப் பார்க்கமுடியும். அந்நாட்டு மக்களுக்கு, இந்தச் ‘தூய்மை’ப் பைத்தியம் எப்படி வந்தது? எதையும் தூய்மையாக வைத்துக்கொள்ளவேண்டும் என்கிற எண்ணம் அவர்களுடைய பண்பாட்டில் எப்படி வேரூன்றியது?

சில நூற்றாண்டுகளுக்குமுன்பு ஹாலந்தில் செழித்து வளரத் தொடங்கிய பால் பண்ணைத் தொழில்தான் இதற்குக் காரணம் என்கிறார்கள்.

பாலில் இருந்து வெண்ணெய், தயிர், பாலாடைக்கட்டி போன்ற பொருள்களை உருவாக்குவது எளிமையான விஷயமில்லை. மிகக் கவனமாகவும் அக்கறையாகவும் பசுக்களைப் பராமரிக்கவேண்டும், அவற்றிலிருந்து தூய்மையான முறையில் பாலைக் கறக்கவேண்டும், அப்படிக் கறந்த பாலைப் பாதுகாக்கவேண்டும்... இதையெல்லாம் ஒழுங்காகச் செய்தால்தான் தரமான பால் பொருள்கள் கிடைக்கும். இதில் ஒரு சின்னப் பிசிறு நேர்ந்தாலும் அத்தனையும் கெட்டுப்போய்விடும்.

இதனால், அந்தக் காலத்திலிருந்தே ஹாலந்து மக்கள் தங்களுடைய பசுக்களை, பண்ணைகளை, வீடுகளைத் தூய்மையாக வைத்திருக்கப் பழகிவிட்டார்கள். இதில் குறை வைத்தால் சாப்பாட்டுக்கே சிக்கல் வந்துவிடக்கூடும் என்கிற அச்சம் அவர்களைத் தீவிரத் தூய்மை விரும்பிகளாக்கிவிட்டது.

இப்படி மாட்டுப் பண்ணையில் தொடங்கிய தூய்மைப் பழக்கம் பிறகு எல்லா வீடுகளையும் தொற்றிக்கொண்டுவிட்டது. இன்றைக்கு உலக அரங்கில் ஹாலந்து என்றாலே பலருக்கு அவர்களுடைய தூய்மைதான் நினைவுக்கு வருகிறது.

இதனால், ஹாலந்துக்கு வரும் சுற்றுலாப் பயணிகள் உள்ளூர் மக்களின் தூய்மை ஆர்வத்தை ஆவலுடன் பார்க்கிறார்கள், சிலர் அதனைக் கிண்டல், கேலி செய்து சிரிக்கிறார்கள்.

இதுபோன்ற கேலிகளுக்கெல்லாம் ஹாலந்து மக்கள் அசருவதில்லை, தூய்மையான வாழ்க்கைதான் மிகச் சிறந்த சொத்து என்பதை அவர்கள் நன்றாகப் புரிந்துவைத்திருக்கிறார்கள்.

★★★

3. ஜெர்மனி : நேரம் தவறாமை

நண்பர் குடும்பத்தில் ஒரு சின்ன விழா. 'மறக்காம வந்துடுங்க' என்று நம்மை அன்போடு அழைக்கிறார் அவர்.

'விழா எத்தனை மணிக்கு?' நாம் ஆர்வமாக விசாரிக்கிறோம்.

'மாலை ஆறு, ஆறரைக்கு' என்கிறார் அவர்.

உடனே நாம் என்ன செய்வோம்? சரியாக ஆறரை மணிக்குத்தான் நம் வீட்டில் இருந்து கிளம்புவோம், ஏழரை அல்லது எட்டு மணிக்கு மேல்தான் விழா நடக்கிற இடத்துக்குச் சென்று சேருவோம்.

வியப்பான விஷயம், அப்போதுதான் மற்ற விருந்தினர்களும் ஒவ்வொருவராக வந்து சேர்வார்கள். ஒருவழியாக எட்டு மணிக்குமேல்தான் விழா தொடங்கும்.

ஒருவேளை, நாம் அவர்கள் சொன்னதைக் கேட்டு ஆறு மணிக்கே விழா நடக்கிற இடத்துக்குப் போயிருந்தால்? அங்கு யாரும் இருந்திருக்கமாட்டார்கள். நாம் காலியான இருக்கைகளை வெறித்துப் பார்த்தபடி மூலையில் உட்காரவேண்டியதுதான்.

ஏனெனில், நம் ஊரில் எந்த நிகழ்ச்சியும் சொன்ன நேரத்தில் தொடங்குவது கிடையாது. ஆறு, ஆறரை என்றால் நம்முடைய அகராதியில் எட்டு, எட்டரை என்றுதான் பொருள்.

விழாக்கள், நிகழ்ச்சிகளைமட்டுமில்லை, எதையும் நேரந்தாழ்த்திச் செய்வது நம்முடைய இரத்தத்திலேயே ஊறியிருக்கிறது. இந்த

விஷயத்தில் நாம் பாடம் கற்கவேண்டியது ஜெர்மானியர்களிடம்.

ஜெர்மன் மக்கள் பிறக்கும்போதே ஒரு கடிகாரத்தை விழுங்கிவிட்டுத்தான் பூமிக்கு வருகிறார்கள். எதைச் செய்வதிலும் அப்படி ஒரு துல்லியம். நேரந்தவறாமை அவர்களுடைய நாட்டுப் பண்பு.

ஒரு விழாவுக்கு யாரையேனும் வரவேற்பது என்றால் 'ஆறு, ஆறரைக்கு வந்துடுங்க' என்று குத்துமதிப்பாகச் சொல்லும் பழக்கம் அவர்களிடம் கிடையாது. அதற்குப் பதிலாக, 'ஆறு மணி' என்று ஆணி அடித்தாற்போல்தான் அறிவிப்பார்கள்.

இந்த 'ஆறு மணி', உண்மையாகவே ஆறு மணி. மிகச் சரியாக ஆறு மணிக்கு விழா தொடங்கிவிடும், நீங்கள் வந்தாலும் சரி, வராவிட்டாலும் சரி.

இன்னும் சில ஜெர்மானியர்கள் ஒருபடி மேலே போய் நிமிடத் துல்லியத்துடன் பேசுவார்கள், 'சரியாக மாலை 6:17க்கு எங்களுடைய கடையின் திறப்புவிழா நடைபெறும்' என்பார்கள்.

இதன் பொருள், நீங்கள் 6:18க்கு வந்தாலும் தவறுதான். எந்த ஒரு நிகழ்ச்சிக்கோ, கூட்டத்துக்கோ நேரந்தாழ்த்தி வருகிறவர்களை ஜெர்மானியர்கள் கடுப்புடனும் எரிச்சலுடனும் பார்ப்பது வழக்கம்.

ஜெர்மன் மக்களைப் பொறுத்தவரை நேரம்தான் செல்வம், நேரம்தான் தெய்வம். ஒரு நிமிடத்தைக்கூட வீணடிக்காமல் எந்நேரமும் ஓடிக்கொண்டே இருக்கும் தேனீக்களைப்போன்ற சமுதாயம் அவர்களுடையது.

இதனால், நீங்கள் ஒரு நிகழ்ச்சிக்குச் சரியான நேரத்தில் வராவிட்டால் அது ஒரு மிகப் பெரிய பிழையாகப் பார்க்கப்படுகிறது. ஏனெனில், நீங்கள் சில நிமிடம் கழித்து வருவதால், அங்கு ஏற்கெனவே சரியான நேரத்துக்கு வந்து காத்திருக்கும் மக்களுடைய நேரத்தை நீங்கள் வீணாக்குகிறீர்கள்.

ஜெர்மனியில் தொழில் செய்யவோ, வேலை பார்க்கவோ, சுற்றுலாவுக்கோ செல்கிற வெளிநாட்டுக்காரர்கள் எல்லாரும் சிறப்பாக மனத்தில் பதித்துக்கொள்ளவேண்டிய செய்தி இது. எந்த ஒரு விழா, நிகழ்ச்சி, கூட்டத்துக்கு வருவதாக ஒப்புக்கொண்டாலும் அரை நிமிடம்கூட நேரந்தாழ்த்தாமல் சரியாக உள்ளே நுழையுங்கள்.

இல்லையென்றால், அங்கு இருக்கிற எல்லாருடைய நன்மதிப்பையும் நீங்கள் இழந்துவிடுவீர்கள்.

'பொதுவாக ஜெர்மானியர்கள் எந்த நிகழ்ச்சிக்கும் முன்கூட்டியே கிளம்பிவிடுவார்கள்' என்கிறார் அந்நாட்டைச் சேர்ந்த மார்கோ லெட்ஸோ, 'நான் எப்போதும் பத்துப் பதினைந்து நிமிடம் முன்பாகவே நிகழ்ச்சி நடைபெறும் இடத்துக்குச் சென்றுவிடுவேன், அதன்பிறகு, காரில் சிறிது நேரம் காத்திருப்பேன், சரியாக நிகழ்ச்சி தொடங்கும் நேரத்தில் உள்ளே நுழைவேன்.'

ஆனால், எல்லா நேரத்திலும் இப்படிக் கச்சிதமாகக் கணக்குப் போட்டுப் பயணம் செய்யமுடியுமா? ஒருவேளை, போக்குவரத்து நெரிசல், வேறு நியாயமான காரணங்களால் நம்மால் சரியான நேரத்துக்கு வர இயலாவிட்டால்?

அதுபோன்ற நேரங்களில், அந்த நிகழ்ச்சிக்கு ஏற்பாடு செய்திருக்கிறவரைத் தொலைபேசியில் அழைத்து, 'என்னால் முன்பு சொன்ன நேரத்தில் வர இயலாது' என்று முன்கூட்டியே அறிவிப்பதுதான் முறை. 'இந்த எதிர்பாராத சிக்கலால் என்னால் எட்டு மணிக்கு வரமுடியாது, எட்டரைக்குத்தான் வருவேன்' என்று நீங்கள் தெளிவாகச் சொல்லிவிட்டால், அவர்கள் உங்களை எட்டு மணிக்கு எதிர்பார்த்து ஏமாற்றம் அடையமாட்டார்கள்.

ஆனால் ஒன்று, என்னதான் முன்கூட்டியே சொல்லிவிட்டாலும், நேரம்கழித்து வருவது தவறுதான். எட்டரைக்கு நீங்கள் உள்ளே நுழைகிறபோது அங்குள்ளவர்களிடம் உங்களுடைய பிழைக்குப் பொதுவில் மன்னிப்பு கேட்கவேண்டும். அதுதான் ஜெர்மானிய மரபு.

'என்னது? அரை மணி நேரம் கழித்து வருவதற்கு மன்னிப்பு கேட்பதா?' என்று பதற்றப்படாதீர்கள். சொன்ன நேரத்தைவிடக் கால் நிமிடம் கழித்து வருவதுகூட ஜெர்மனியில் மிகப் பெரிய குற்றம்தான். ஜெர்மானிய மக்கள்மட்டுமில்லை அந்த ஊர் ரயில்கள்கூடத் தாமதமாக வந்தால் மன்னிப்பு கேட்கின்றன.

டூத் ப்ரஷ் மீசை ஹிட்லரை நினைவிருக்கிறதா? ஒருகாலத்தில் உலகையே உலுக்கிய அந்தக் கொடுங்கோலன்தான் ஜெர்மானிய ரயில்களைத் துல்லியமான நேரத்துக்குக் கிளம்பும்படி செய்தான்.

அதன்பிறகு சுமார் அரை நூற்றாண்டு காலத்துக்கு ஜெர்மனியில் ஓடும் ரயில்களில் 90% மிகச் சரியான நேரத்தில் வந்து சேர்ந்தன. 'ஜெர்மானிய ரயில்கள் கிளம்பும் நேரத்தைப் பார்த்து நம்முடைய கடிகாரத்தைச் சரிப்படுத்திக்கொள்ளலாம்' என்று ஒரு புகழ்பெற்ற பொன்மொழிகூட உண்டு.

ஆனால் கடந்த சில ஆண்டுகளாக ஜெர்மானிய ரயில்களின் நேரந்தவறாமை கொஞ்சம் குறைந்துவிட்டது, நூற்றுக்குச் சுமார் 65 ரயில்கள்தான் சரியாக வருகின்றன. மற்றவை, ஒன்றிரண்டு நிமிடங்கள் தள்ளி ஓடிக்கொண்டிருக்கின்றன.

ஆனால், வெறும் ஒரு நிமிடம், இரண்டு நிமிடம்தானே என்று ஜெர்மானியர்கள் நினைப்பதில்லை. ஒரு ரயில் நேரம் கழித்து வந்தால் அதற்குப் பொதுவில் மன்னிப்பு கேட்டு, பயணிகளுக்கு 'லேட் சர்ட்டிஃபிகேட்' என்கிற ஒரு சான்றிதழையும் தருகிறார்கள்.

ஏனெனில், ஒரு ரயில் நேரம் கழித்து வருகிறது என்றால், அதில் பயணம் செய்கிற நூற்றுக்கணக்கான மக்கள் தங்களுடைய வேலைகள், நிகழ்ச்சிகளுக்கு நேரம் கழித்துச் சென்று சேர்கிறார்கள் என்று பொருள். இவர்களெல்லாம், தங்களுக்கு வழங்கப்படும் லேட் சர்ட்டிஃபிகேட்டைக் காண்பித்து, 'ரயில் சரியான நேரத்துக்கு வரவில்லை. அதனால்தான் என்னாலும் சரியான நேரத்துக்கு வர இயலவில்லை' என்று காரணம் சொல்லலாம்.

ஆனால், இப்படி எத்தனைதான் சாக்குப்போக்குகள் சொன்னாலும், நேரம் கழித்து வருவது என்பது ஜெர்மானியர்களால் ஏற்றுக்கொள்ளமுடியாத ஒன்று. இந்தப் பண்பு மிகச் சிறிய வயதிலேயே கொஞ்சம் கொஞ்சமாக அவர்களுடைய ரத்தத்தில் ஏற்றப்படுகிறது.

எடுத்துக்காட்டாக, ஒரு வீட்டில் ஏழு மணிக்குக் காலை உணவு என்றால், குழந்தைகள் 6:59 அல்லது 7 மணிக்கு உணவு மேசைக்குமுன் வந்துவிடவேண்டும். கொஞ்சம் நேரம் தள்ளி 7:01க்கு வந்தாலும்கூட அவர்கள் அந்த வேளை பட்டினிதான்!

இந்தக் கட்டாயமான விதிமுறைகள் பள்ளி, கல்லூரிகளிலும் தொடர்கின்றன. ஒரு வகுப்பு 10:30 மணிக்கு என்று குறிப்பிட்டிருந்தால் சரியாகப் பத்தரைக்கு, அல்லது அதற்கு முன்பாகவே மாணவர்கள் வகுப்பறைக்குள் நுழைந்துவிடவேண்டும்,

இல்லாவிட்டால், வெளியில்தான் கை கட்டி, வாய் பொத்தி நிற்கவேண்டும்.

பல கல்லூரிகளில் அடுத்தடுத்த வகுப்புகள் வெவ்வேறு அறைகளில் நடைபெறும். அப்போதெல்லாம் மாணவர்கள் ஓர் அறையிலிருந்து இன்னொன்றுக்குச் சென்றுசேர்வதற்கு ஒரு குறிப்பிட்ட நேரம் ஒதுக்கியிருப்பார்கள். பத்து நிமிடம் என்றால் சரியாகப் பத்து நிமிடங்களுக்குள் அவர்கள் அந்த இன்னொரு வகுப்பறையைக் கண்டுபிடித்துச் சென்று சேர்ந்துவிடவேண்டும். சும்மா அன்ன நடை நடந்து நேரத்தை வீணடிக்கக்கூடாது.

'இது என்ன ராணுவக் கட்டுப்பாடு!' என்று நமக்கு வியப்பாக இருக்கலாம். ஆனால் ஜெர்மானியர்களைப் பொறுத்தவரை இதுதான் வாழ்க்கையில் மிக முதன்மையான பண்பு. நேரந்தவறாமையைப் பழகிக்கொள்கிற பிள்ளைகள்தான் வாழ்க்கையில் வெல்லும் என்று நம்புகிறவர்கள் அவர்கள்.

நேரந்தவறாமை என்றால் நிகழ்ச்சிகளுக்குச் சரியான நேரத்தில் வருவதுமட்டுமில்லை. ஜெர்மானியர்களின் அன்றாட நடவடிக்கைகள் ஒவ்வொன்றிலும் இந்தப் பண்பின் தாக்கத்தைப் பார்க்கமுடியும்.

எடுத்துக்காட்டாக, உலகமெங்கும் நீங்கள் எந்த நாட்டு நிறுவனத்துடன் தொழில் செய்தாலும் சரி, அவர்கள் நமக்குச் செலுத்தவேண்டிய பணத்தைச் சற்று நேரம் தாழ்த்திச் செலுத்துகிற வழக்கம் இருக்கும். சென்ற மாதம் வரவேண்டிய பணம், இந்த மாதமாவது கிடைத்ததே என்று நாம் மனத்தைத் தேற்றிக்கொள்ளவேண்டியதுதான்.

ஆனால், ஜெர்மனியில்மட்டும் நிலைமை தலைகீழ். பெரும்பாலான நிறுவனங்கள் கடைசி தேதிக்குச் சில நாள்கள் முன்பாகவே ஒரு ரூபாய் மீதியில்லாமல் ஒழுங்காகப் பணத்தைச் செலுத்தி விடுவார்கள். தேவையில்லாமல் நேரத்தைத் தாழ்த்துவது, இழுத்தடிப்பதெல்லாம் இருக்காது.

இதேபோல், ஜெர்மானிய உற்பத்தி நிறுவனங்களிடம் நீங்கள் உங்களுக்குத் தேவையான பொருள்களை வாங்குகிறீர்கள் என்றால், சொன்ன நாளில் பொருள்கள் மிகச் சரியாக வந்து

சேரும், 'நாளைக்கு அனுப்புகிறோம்', 'கூரியர் தாமதமாகிவிட்டது' என்றெல்லாம் சாக்குப்போக்குச் சொல்லமாட்டார்கள்.

இதனால்தான் பெரும்பாலான பன்னாட்டு நிறுவனங்கள் ஜெர்மனியுடன் தொழில் உறவுகளை வளர்த்துக்கொள்ள ஆர்வம் காட்டுகின்றன. ஜெர்மனியின் தொழில் வளர்ச்சிக்கு ஒரு முதன்மையான காரணமாக அவர்களுடைய நேரந்தவறாமையைச் சுட்டிக்காட்டுகின்றன சில ஆய்வுகள்.

ஒரு சின்ன எடுத்துக்காட்டைப் பாருங்கள். லண்டனில் உள்ள 'ஹீத்ரூ' *(Heathrow)* உலகின் மிகப் பரபரப்பான விமான நிலையங்களில் ஒன்று. அங்கு வந்து செல்லும் விமானங்களிலேயே ஜெர்மனியைச் சேர்ந்த 'லுஃப்தான்ஸா'*(Lufthansa)*வில்தான் நேரம் வீணாவது, தள்ளிப் போவதெல்லாம் மிக மிகக் குறைவு. அப்படியானால், பயணிகள் எந்த விமானத்தை நம்பித் தேர்ந்தெடுப்பார்கள்?

இதேபோல், சின்னச் சின்னச் சேவை விஷயங்களில்கூட நேரந்தவறாமல் இருப்பதை ஜெர்மானியர்கள் முதன்மையாகக் கருதுகிறார்கள். சொல்லப்போனால், பெரும்பாலான விஷயங்கள் ஜெர்மனியில் முன்கூட்டியே நடக்குமேதவிர, தள்ளிப்போகாது.

'ஒருமுறை, எங்களுடைய குளியலறையில் ஏதோ சிக்கல். குழாய் இணைப்பைப் பழுது பார்க்கிறவரை வரச்சொல்லியிருந்தோம். 9 மணிக்கு வருவதாகச் சொன்னவர் 8:45க்கே வந்துவிட்டார்' என்கிறார் தற்போது ஜெர்மனியில் வாழும் விக்கி *(Vicki)*, 'இன்னொருநாள், துவைக்கும் இயந்திரம் வாங்கினோம். அதைக் குறிப்பிட்ட நேரத்துக்கு அரை மணி நேரம் முன்பாகவே கொண்டுவந்து கொடுத்துவிட்டார்கள்'

இதெல்லாம் எங்கோ அரிதாக நடக்கிற விஷயங்கள் இல்லை. பெரும்பாலான ஜெர்மானிய நிறுவனங்கள் தங்களுடைய வாடிக்கையாளர்களுக்குத் தருகிற முதல் மரியாதை, நேரந்தவறாத சேவைதான்!

இப்படி ஒன்று, இரண்டு இல்லை, ஜெர்மானியர்களின் நேரந்தவறாமைக்கு மிகப் பல எடுத்துக்காட்டுகளை அடுக்கிக் கொண்டே போகலாம். இத்தனைக்கும் தொடக்கம் என்ன என்று பார்த்தால், ஜெர்மனியின் காலநிலையைதான் பெரும்பாலானோர் சுட்டிக்காட்டுகிறார்கள்.

அந்தக் காலத்தில் பெரும்பாலான ஜெர்மானியர்கள் விவசாயத்தை நம்பிப் பிழைத்துக்கொண்டிருந்தார்கள். எப்போது விதைக்கவேண்டும், எப்போது அறுவடை செய்யவேண்டும் என்று அவர்களே ஒரு மனக் கணக்கு வைத்திருந்தார்கள்.

எப்போதாவது, அவர்களுடைய இந்தக் கணக்கு கொஞ்சம் பிசகிவிட்டாலும் போச்சு. ஜெர்மனியைக் குளிர்காலம் சூழ்ந்து கொண்டுவிடும். சிரமப்பட்டு விளைவித்த பயிர்கள் எல்லாம் பனியில் உறைந்து வீணாகிவிடும்.

இதனால், சரியான நேரத்தில் அறுவடை செய்யவேண்டும், அதைத் தள்ளிப்போடக் கூடாது என்பதில் ஜெர்மானிய விவசாயிகள் கவனத்துடன் இருந்தார்கள். இந்தப் பண்புதான் அங்கு பரம்பரை பரம்பரையாக எல்லா விஷயங்களிலும் தொடர்ந்துகொண்டிருக்கிறது என்கிறார்கள்.

1510ம் ஆண்டு, பீட்டர் ஹென்லின் *(Peter Henlein)* என்ற ஜெர்மானியர் எங்கு வேண்டுமானாலும் எடுத்துச் செல்லும்படியான ஒரு 'போர்ட்டபிள்' கடிகாரத்தைக் கண்டுபிடித்தார். இப்போது நாம் பயன்படுத்துகிற கைக் கடிகாரங்களுக்கெல்லாம் அதுதான் முன்னோடி.

பீட்டர் ஹென்லின் கண்டுபிடித்த அந்தக் கைக் கடிகாரத்தில் பல குறைகள் இருந்தன. ஆனாலும் அன்றைய ஜெர்மன் மக்கள் அதை ஆவலுடன் வாங்கிப் பயன்படுத்தினார்கள். எந்நேரமும் கையில் கடிகாரம் இருப்பதால் எதையும் சரியான நேரத்தில் செய்துமுடிக்கிற அவர்களுடைய பண்பு இன்னும் செழித்து வளர்ந்தது.

இன்றைக்கு ஜெர்மனியில் விவசாயிகள்மட்டுமில்லை, எல்லாரும் நேரந்தவறாமையை ஒரு தவம்போல் கடைப்பிடிக்கிறார்கள். தங்கள் ஊரில்மட்டுமில்லை, வெளிநாடுகளில் சென்று தங்கும்போதுகூட அவர்கள் எதையும் சரியான நேரத்துக்குச் செய்துமுடிக்கிற பண்பைக் கைவிடுவதில்லை.

உலகின் முதல் 'கைக் கடிகாரம்'மட்டுமில்லை, குக்கூ கடிகாரமும் ஜெர்மானியர்களின் கண்டுபிடிப்புதான்!

'குக்கூ க்ளாக்' *(Cuckoo Clock)* எனப்படும் இந்தக் குயிலோசைக் கடிகாரங்களில் மணிக்கு ஒருமுறை ஒரு குயில் பொம்மை வெளியில் வந்து கூவும். வீட்டுக்குத் தனி அழகைச் சேர்த்துவிடும் இந்தக் கடிகாரங்களைச் சுமார் 375 ஆண்டுகளுக்குமுன்பு, அதாவது, பதினேழாம் நூற்றாண்டின் முற்பகுதியிலேயே கண்டறிந்து பயன்படுத்தியிருக்கிறார்கள் ஜெர்மானியர்கள்.

இன்றைக்கு உலகம்முழுவதும் புகழ் பெற்றுள்ள 'குக்கூ' கடிகாரங்கள் பெரும்பாலும் ஜெர்மனியில்தான் தயாராகின்றன. குறிப்பாக, தெற்கு ஜெர்மனியில் உள்ள *'Black Forest'* மலைப் பகுதிகளில் தயாரிக்கப்படும் குக்கூ கடிகாரங்கள் உயர்தரமானவை. பெரும்பாலும் கையால் இழைத்துச் செய்யப்படுகிற நுணுக்கமான இந்தத் தொழில்நுட்பத்தைத் தங்களுடைய தனிப் பெருமையாகக் கருதுகிறார்கள் ஜெர்மனி மக்கள்.

நாம் வீணடிக்காமல் சேமிக்கிற ஒவ்வொரு நிமிடமும் திரும்பக் கிடைக்காத சொத்து. அந்தவிதத்தில், ஜெர்மானியர்கள் மிகப் பெரிய பணக்காரர்கள்!

★★★

4. சீனா : கடின உழைப்பு

உலகமெங்கும் மிகக் கூடுதலான மக்களால் பயன்படுத்தப்படுகிற ஆங்கிலச் சொற்கள் எவை என்று தெரியுமா?

ஓகே, கோக-கோலா, தேங்க் யூ, ஸாரி, அதன்பிறகு, 'மேட் இன் சீனா' *(Made In China).*

சீனாவில் தயாராகும் பொருள்கள் அண்டார்டிகா நீங்கலாக உலகின் அனைத்து நாடுகளிலும் கிடைக்கின்றன. இதை நம்பமுடியவில்லையென்றால், உங்கள் வீட்டுக்குப் பக்கத்திலிருக்கும் எந்தப் பெட்டிக்கடை, சூப்பர் மார்க்கெட்டினுள்ளும் புகுந்து தேடிப் பாருங்கள். குறைந்தது நூறுக்குப் பத்துப் பொருள்களாவது 'சீனாவில் தயாரானவை' என்கிற முத்திரையைக் கொண்டிருக்கும்.

இதற்கு இரண்டு காரணங்கள். ஒன்று, சீனாவின் நிலப்பரப்பு மிகப் பெரியது, இரண்டு, மக்கள் தொகையும் மிகப் பெரியது.

அத்தனை கோடி மக்களுக்குப் புவ்வா வேண்டாமா? எல்லாருமா படித்துப் பட்டம் வாங்கி மருத்துவராகவும் பொறியாளராகவும் ஆகிவிடுகிறார்கள்? சமூகத்தின் அடித்தட்டில் இருக்கும் மக்கள், எழுதப் படிக்கத் தெரியாதவர்கள் எல்லாரும் ஏதோ ஒரு வேலைக்குப் போகவேண்டியிருக்கிறதில்லையா? இதற்காகத்தான் சீனாவில் எங்கு பார்த்தாலும் தொழிற்சாலைகள்.

சீனாமுழுவதும் சிறியதும் பெரியதுமாகத் தொழில் நிறுவனங்கள் பரவிக் கிடக்கின்றன. பத்துக்குப் பத்து அறை கிடைத்தால்

போதும், ஓர் இயந்திரத்தை வாங்கிப் போட்டுத் தொழில் தொடங்கிவிடுவார்கள். வேலை செய்வதற்குத்தான் மக்கள் குவிந்துள்ளார்கள்!

அப்படி இவர்கள் வேலை மெனக்கெட்டு என்னதான் தயாரிக்கிறார்கள்?

இத்தனூண்டு திருகாணியில் தொடங்கி அன்றாட வாழ்க்கையில் நாம் பயன்படுத்தும் அனைத்து விஷயங்களும் சீனாவில் தயாராகின்றன. அதுவும் ஐம்பது, நூறு என்றில்லை, லட்சக்கணக்கில், கோடிக்கணக்கில்தான் உற்பத்தி.

சீனர்கள் அடிப்படையிலேயே கடின உழைப்பாளிகள். பத்துப் பொருள் விற்ற இடத்தில் நூறு, ஆயிரம், ஏன் லட்சம் பொருள்கள் தேவைப்படுகிறது என்றால்கூடச் சளைக்கமாட்டார்கள். இரவு, பகல் பார்க்காமல் கடுமையாகப் பாடுபட்டு உற்பத்தியை அந்த அளவுக்குப் பெருக்கிவிடுவார்கள்.

உலகின் பெரும்பாலான மக்கள் சீனாவைக் குறைந்த தரத்திலான பொருட்கள் உருவாகும் சந்தை என்று நினைத்துக்கொண்டிருக்கிறார்கள். ஆனால் உண்மையில் மிக நுணுக்கமான கலைத்திறன் தேவைப்படுகிற பல பொருட்கள் அங்குமட்டும்தான் உருவாகின்றன என்றும், சீனர்களுடைய உழைப்புக்கும் திறமைக்கும் ஈடு இணை கிடையாது என்றும் பெரிய பன்னாட்டு நிறுவனங்களின் தலைவர்கள் சான்றிதழ் கொடுக்கிறார்கள்.

இந்தக் கடின உழைப்புக்கான விதை, சீனர்கள் பிஞ்சுக் குழந்தைகளாக இருக்கும்போதே ஊன்றப்பட்டுவிடுகிறது. அந்த ஊர்ப் பிள்ளைகள் எப்படியெல்லாம் சிறுவயதிலிருந்தே உழைப்புக்குப் பழக்கப்படுகிறார்கள் என்பதை அந்நாட்டைச் சேர்ந்த ரிச்சர்ட் ஹோங்க் விளக்கி எழுதியிருக்கிறார்.

சீனாவில் பெரும்பாலான பள்ளிகள் அதிகாலை ஆறு மணிக்கே தொடங்கிவிடுகின்றன. எல்லாப் பிள்ளைகளும் அதற்கேற்ப விரைவில் எழுந்து பள்ளிக்குச் சென்றுவிடவேண்டும்.

முதலில், அரை மணி நேரம் உடற்பயிற்சி. அதன்பிறகு, இன்னோர் அரை மணி நேரத்துக்குப் புத்தகங்களை விரித்துவைத்துக்கொண்டு சத்தமாகப் படிக்கவேண்டும். அப்புறம்தான் காலைச் சாப்பாடு.

அதிகாலை நேரம்தான் படிப்பதற்கு ஏற்றது என்று சீனர்கள் உறுதியாக நம்புகிறார்கள். ஆகவே, இந்த 'ஆறரை மணி'ப் படிப்புப் பழக்கம் எல்லாப் பள்ளிகளிலும் மிகக் கண்டிப்பாகப் பின்பற்றப்படுகிறது.

அதுவும் குறிப்பாக, காலை வேளையில் பாடங்களை நன்கு உரக்கப் படிக்கவேண்டும் என்று சீன ஆசிரியர்கள் வலியுறுத்துகிறார்கள். யாராவது கொஞ்சம் தணிந்த குரலில் படித்தாலும் தண்டனை உண்டு.

இப்படி நாக்கு வறளப் படித்து முடித்தபின்னர், காலை உணவு, மற்ற விஷயங்கள். அதன்பிறகு, வழக்கமான வகுப்புகள் தொடங்கிவிடுகின்றன.

மாலை பள்ளி முடிந்ததும், மாணவர்கள் இரவு ஏழு மணிமுதல் பத்து மணிவரை மறுபடி பாடம் படிக்கவேண்டும். இந்த மூன்று மணி நேரத்தில் வெறும் இருபது நிமிடம்தான் அவர்களுக்கு ஓய்வு கிடைக்கும்.

ஆக, காலை ஆறு மணிக்குத் தொடங்கி இரவு பத்து மணிவரையில் சீனக் குழந்தைகள் ஒரு நாளைக்குக் கிட்டத்தட்டப் பதினாறு மணி நேரங்களுக்கு உழைக்கவேண்டியிருக்கிறது!

'என்ன கொடுமை இது!' என்று உச்சுக்கொட்டுகிறீர்களா? கொஞ்சம் பொறுங்கள், விஷயம் இன்னும் இருக்கிறது.

பெரும்பாலான சீனப் பள்ளி மாணவர்கள், மாணவிகள் இந்தப் பதினாறு மணி நேரத்தைத் தாண்டியும் உழைக்கிறார்கள். அதிகாலை ஆறு மணிக்குமுன்பே எழுந்து படிக்கத் தொடங்கிவிடுகிறவர்கள் அங்கு உண்டு. இரவு பத்து மணிக்குமேலும் தூங்காமல் சிறு விளக்கொளியில் தொடர்ந்து படித்துக்கொண்டிருக்கிறவர்களும் உண்டு.

ஏனெனில், சீனாவின் மக்கள் தொகை மிக மிகப் பெரியது. அதனால், இந்த மாணவர்களுக்கு நல்ல கல்லூரிகளில் இடம் கிடைக்கவேண்டும், படித்து முடித்தபிறகு உருப்படியான வேலை கிடைக்கவேண்டும் என்றால் அவர்கள் மிகக் கடுமையான போட்டியைச் சந்திக்கவேண்டியிருக்கும்.

அந்தப் போட்டிக்குச் சீனக் குழந்தைகள் பள்ளிப் பருவத்திலேயே

ஆயத்தமாகிவிடுகிறார்கள். கஷ்டப்பட்டு உழைத்தால்தான் தேர்வுகளில் நல்ல மதிப்பெண் கிடைக்கும் என்பது சின்ன வயதிலேயே அவர்கள் மனத்தில் அழுத்தமாகப் பதிந்துவிடுகிறது.

முக்கியமான விஷயம், கஷ்டப்பட்டு உழைப்பது என்றால் சும்மா எல்லாவற்றையும் அப்படியே மனப்பாடம் செய்வது இல்லை. பாடங்களைப் புரிந்துகொண்டு படிக்கவேண்டும் என்பதற்காகத்தான் சீனர்கள் இந்த அளவு மெனக்கெடுகிறார்கள்.

'நான் எந்த வகுப்புக்குச் சென்றாலும் எனக்குமுன்பாகவே அத்தனை மாணவர்களும் வந்து காத்திருக்கிறார்கள்' என்கிறார் சீனாவில் ஆசிரியராகப் பணியாற்றும் எரிக் மோரிஸ், 'இவர்களில் யாரும் சும்மா கடமைக்கு வந்து உட்கார்ந்திருக்கிறவர்கள் இல்லை. நான் சொல்லும் ஒவ்வொரு சொல்லையும் கவனித்துக் கேட்கிறார்கள், ஆழமாகப் புரிந்துகொண்டு உள்வாங்குகிறார்கள்.'

சீனக் குழந்தைகள் படிப்புக்காகமட்டுமில்லை, உடற்பயிற்சி, விளையாட்டு போன்றவற்றிலும் கடும் உழைப்பைச் செலவிடுகிறார்கள்.

ஒலிம்பிக்ஸ், மற்ற விளையாட்டுப் போட்டிகளில் சீனா நிறையப் பதக்கங்களை வாங்கிக் குவிப்பதைப் பார்க்கிறோம். இது ஏதோ இயல்பாக நிகழ்ந்துவிட்ட விஷயம் இல்லை. சீனாவின் சார்பில் பதக்கம் வென்ற ஒவ்வொரு வீரர், வீராங்கனையும் மிகச் சிறிய வயதில் தொடங்கிக் கடுமையாக உழைத்திருக்கிறார்கள். அந்த உழைப்புக்குப் பலன்தான் அவர்கள் கலந்துகொள்கிற ஒவ்வொரு போட்டியிலும் வெற்றியாகக் குவிகிறது.

சீனாவில் உள்ள விளையாட்டுப் பயிற்சி நிறுவனங்கள், பிற அமைப்புகள், ஆர்வம், திறமை உள்ள குழந்தைகளை ஆறு அல்லது ஏழு வயதிலேயே அடையாளம் கண்டுவிடுகின்றன. அதன்பிறகு, கடும் உழைப்பு அவர்களுடைய ரத்தத்திலேயே நிரந்தரமாகக் கலந்துவிடும் அளவுக்குத் தொடர் பயிற்சிகள் அளிக்கப்படுகின்றன.

எடுத்துக்காட்டாக, ஒரு சிறுமி காலை எழுந்தவுடன் 'பத்துக் கிலோமீட்டர் ஓடு' என்பார் பயிற்சியாளர்.

கஷ்டப்பட்டு ஓடி முடித்துவிட்டு அந்தச் சிறுமி வியர்க்க விறுவிறுக்க வந்து நிற்பாள். உடனே, 'இன்னொரு பத்துக் கிலோ மீட்டர் ஓடு' என்று கட்டளை பிறக்கும்.

ஏன்? இப்போது ஓடியது போதாதா? கொஞ்சம் ஓய்வு எடுத்து விட்டுப் பிறகு ஓடக்கூடாதா? இந்த ஓட்டத்துக்கும் என்னுடைய விளையாட்டுக்கும் என்ன தொடர்பு?

மூச்! சீனாவில் மாணவர்கள் ஆசிரியர்களைக் கேள்வி கேட்கக்கூடாது. 'ஓடு' என்றால் ஓடவேண்டும். 'குதி' என்றால் குதிக்கவேண்டும். இப்படிக் கட்டுப்பாடான உழைப்புக்குப் பழகாவிட்டால் நீ வெற்றிபெறமுடியாது.

சீனர்களைப் பொறுத்தவரை எட்டு மணி நேர உழைப்பு நல்லது என்றால் பத்து மணி நேர உழைப்பு இன்னும் நல்லது, பன்னிரண்டு, பதினான்கு, பதினாறு மணி நேரம்? மிக மிக நல்லது.

'என்னால் முடியவில்லை. ரொம்ப உழைத்து எனக்குக் கை கால் வலிக்கிறது' என்று யாரேனும் சொன்னால் அதற்கும் சீனர்கள் ஒரு பழமொழி வைத்திருக்கிறார்கள்: *'உன்னுடைய வலியை நேசி!'*

ஒருவர் தன்னுடைய வலியைக்கூட நேசிக்கவேண்டுமென்றால் அவருக்கு உழைப்பின்மீது எப்பேர்ப்பட்ட காதல் இருக்கவேண்டும்! அதுதான் சீனாவின் பண்பாட்டு அடையாளம்.

இப்படி ஒரு நாட்டில் எல்லாரும் கடுமையாக உழைக்கிறார்கள் என்றால் அதற்கு ஏதாவது ஒரு வலுவான காரணம், பின்னணி இருக்குமே!

இருக்கிறது. உலகின் மிகப் பெரிய நிலப் பரப்பு கொண்ட நாடுகளில் ஒன்று சீனா. ஆனால், இந்த நிலம் மொத்தமும் வளமானது இல்லை, விவசாயத்துக்குத் தகுதியானது இல்லை.

அந்தக் காலச் சீனச் சமூகம் விவசாயத்தைமட்டுமே நம்பிப் பிழைத்துக்கொண்டிருந்தது. ஆகவே, தங்களுடைய நிலத்தை எப்பாடுபட்டாவது வளமாக்கிப் பயன்படுத்தவேண்டிய கட்டாயம் அவர்களுக்கு.

அதனால், புதிதாக ஒரு நிலத்தில் குடியேறுகிற சீனர்கள் 'காலை 9 மணிமுதல் மாலை 5 மணிவரை' என்று கணக்குப்போட்டு உழைத்துக்கொண்டிருக்கமுடியாது. பகல், இரவு பார்க்காமல் நிலத்தைக் கொத்திப் பதமாக்கினால்தான் சிறிது காலத்துக்குப்பிறகு அங்கு பயிர்கள் விளையும், அவர்களுக்கு ஒழுங்காகச் சாப்பாடு கிடைக்கும்.

இதேபோல், அகன்ற நிலப் பரப்பு கொண்ட சீனாவுக்கு அக்கம்பக்கத்து நாடுகளிடமிருந்து தன்னைப் பாதுகாத்துக் கொள்ளவேண்டிய கட்டாயமும் இருந்தது. இதற்காகச் சீனப் பெருஞ்சுவர் கட்டுவது போன்ற மிகப் பெரிய பாதுகாப்புப் பணிகளில் இறங்கிய இவர்கள் அதன்மூலமும் கடின உழைப்புக்கு நன்கு பழகிவிட்டார்கள்.

இந்த அனுபவமெல்லாம் இன்றைய சீனர்களின் வாழ்க்கையில் வெளிப்படுகிறது. தங்களுடைய சொந்த நாட்டில்மட்டுமில்லை, அவர்கள் எங்கு சென்றாலும் உழைப்பதற்குச் சலித்துக் கொள்வதில்லை.

நம் ஊரில் 'கடின உழைப்பு' என்றால் நாம் உடனே விவசாயிகளை நினைத்துக்கொள்கிறோம், ஆலைகளில் வேலை செய்யும் தொழிலாளர்களை நினைத்துக்கொள்கிறோம். அவ்வளவுதான்.

ஆனால் சீனாவில் இப்படி வேறுபடுத்திப் பிரிக்கக்கூட முடியாதபடி எல்லா வேலைகளில் உள்ளவர்களும் கடின உழைப்பாளிகளாக இருக்கிறார்கள். கூலித் தொழிலாளர்களில் தொடங்கி, மென்பொருள் பொறியாளர்கள், கண்டுபிடிப்பாளர்கள்வரை எல்லாரும் வாரத்துக்குக் குறைந்தது அறுபது மணி நேரங்களாவது உழைக்கிறார்கள். அடிக்கடி விடுமுறை எடுத்துக்கொண்டு காணாமல் போவதில்லை, இது உன் வேலை, அது என் வேலை என்று வேறுபாடு பார்ப்பதில்லை.

அதேநேரம், இப்படிக் கடுமையாக உழைப்பதற்குப் பலன் விரைவிலேயே கிடைக்கவேண்டும் என்கிற எண்ணமும் சீனர்களிடம் உண்டு. அதாவது, நான் கஷ்டப்பட்டு வேலை செய்கிறேன் என்றால் என் சம்பளம் உயரவேண்டும். வாழ்க்கை வசதிகள் பெருகவேண்டும். என் சமூகம் முன்னேறவேண்டும். இல்லாவிட்டால் நான் ஏன் உழைக்கவேண்டும்?

இப்படிப் பேசுவது, கண்டிப்பாகச் சுயநலம் இல்லை. உரிய உழைப்பைக் கொட்டிவிட்டு அதற்குரிய பலனை உரிமையோடு கேட்டுப் பெறுகிற தன்மதிப்பு சீனர்களிடம் நிறைந்துள்ளது.

இந்த எண்ணம்தான், உலக அரங்கில் சீனாவுக்கு ஒரு முதன்மையான இடத்தைப் பெற்றுத் தந்திருக்கிறது. சீனாவின் தொழில்துறை வளர்ச்சியைக் கண்டு அமெரிக்கா உள்ளிட்ட வளர்ந்த நாடுகள்கூடக் கவலைப்படத் தொடங்கியிருக்கின்றன.

அமெரிக்காவிடம் நிறையப் பணம் இருக்கிறது, போதுமான வளங்கள் இருக்கின்றன, உலக அளவில் அரசியல் செல்வாக்கு இருக்கிறது. ஆனால் இவற்றையெல்லாம் பயன்படுத்தி வளர்ச்சியடைவதற்குத் தேவையான உழைப்பு சீனர்களிடம்தான் ஏராளமாக இருக்கிறது.

இந்தியா போன்ற ஒரு வளரும் நாடு சீனாவிடம் முதன்மையாகக் கற்றுக்கொள்ளவேண்டியது அவர்களுடைய கடின உழைப்பு மனநிலையைத்தான். ஆனால் அதே நேரம், அவர்களைப் பார்த்து நாம் தவிர்க்கவேண்டிய சில விஷயங்களும் உள்ளன.

சீனர்கள் கடுமையாக உழைப்பார்களேயன்றி, அறிவார்ந்த வகையில் உழைப்பதில்லை. ஒரு வேலையைத் தொடர்ந்து எட்டு மணி நேரம் சிரமப்பட்டுச் செய்ய அவர்கள் சளைக்கமாட்டார்கள். ஆனால், அதே வேலையை நான்கு மணி நேரத்தில் முடித்துவிடமுடியுமா, அதற்கு என்ன வழி என்று அவர்களுக்கு எண்ணத் தோன்றாது.

இதேபோல், கடும் உழைப்புக்கு ஓர் எல்லை வகுக்காத சீனப் பழக்கவழக்கம் அந்தச் சமூகத்தில் பெரிய பாதிப்புகளை உருவாக்கியிருக்கிறது. சிறுவயதில் தொடங்கித் தொடர்ந்து உழைத்துவரும் மக்கள் ஒருகட்டத்தில் வலுவிழந்து சோர்ந்து விடுகிறார்கள்.

ஃபிரான்ஸைச் சேர்ந்த கிறிஸ்டியன் பௌள் சீனாவின் வாள்வீச்சு வீரர்களுக்குப் பயிற்சியளிக்கத் தேர்ந்தெடுக்கப்பட்டார். தன்னுடைய மாணவர்களை அவர் முதன்முறை பார்த்தபோது திகைத்துப்போய்விட்டார்.

'இத்தனை ஆண்டுகளாக மேற்கொண்ட கடும் பயிற்சியில் அவர்கள் எல்லாரும் நன்றாகக் களைத்துப்போயிருந்தார்கள்' என்கிறார் கிறிஸ்டியன் பௌள், 'அநேகமாக அவர்கள் எல்லாருக்கும் உடம்பில் நிறையக் காயங்கள் இருந்தன. அதை வெளியில் சொல்லாமல் தொடர்ந்து பயிற்சியில் ஈடுபட்டுக்கொண்டிருந்தார்கள், போட்டிகளில் கலந்துகொண்டிருந்தார்கள்.'

அதிர்ந்துபோன கிறிஸ்டியன் பௌள் முதல் வேலையாக அவர்கள் எல்லாருக்கும் கட்டாய ஓய்வு கொடுத்தார், 'நிம்மதியாக வீட்டுக்குப்போய்க் கொஞ்சம் ஓய்வு எடுங்கள், பயிற்சி, போட்டிகளையெல்லாம் அப்புறம் பார்த்துக்கொள்ளலாம்.'

அவர் இப்படிச் சொன்னதும் சீன விளையாட்டுத்துறை அலுவலர்கள் பதறிப்போய்விட்டார்கள், 'கடுமையாக உழைக்க வேண்டிய வீரர்களுக்கு இப்படி ஓய்வு கொடுக்கலாமா?' என்று அவர்கள் கத்தியபோது கிறிஸ்டியன் பௌளர் அமைதியாகச் சொன்னார், 'இந்த ஓய்வு, அவர்களுக்குக் கண்டிப்பாகத் தேவை, இல்லாவிட்டால், பயிற்சி இருக்கும், உழைப்பு இருக்கும், திறமை இருக்கும், அந்த வீரர்கள் இருக்கமாட்டார்கள்.'

இந்த உண்மை சீனர்களுக்குப் புரியக் கொஞ்சம் நாளாகும். அதுவரை அவர்கள் எதைப்பற்றியும் கவலைப்படாமல், தங்களைப்பற்றிக்கூட நினைத்துப்பார்க்காமல் தொடர்ந்து உழைத்துக்கொண்டுதான் இருப்பார்கள். ஏனெனில், 'ஓய்வு' என்கிற விஷயம் அவர்களுடைய ரத்தத்தில் இல்லை. அதற்குப் பதிலாக உழைப்புதான் எங்கும் நிரம்பிக் கிடக்கிறது!

★★★

5. வெனிசுலா : அழகுணர்ச்சி

பத்துப் பாத்திரம் தேய்க்கும் முனியம்மாள் திடீரென்று நம் எதிரில் வந்து தலையைச் சொறிகிறார், 'அம்மா, நான் இன்னிக்குக் கொஞ்சம் சீக்கிரமாக் கிளம்பணும்.'

'ஏன் முனியம்மா? ஏதாவது வெளி வேலை இருக்கா?'

'அதில்லம்மா. இன்னிக்கு எனக்கு ஒரு பியூட்டி பார்லர் அப்பாயின்ட்மென்ட் இருக்கு' என்று அவர் சொன்னால் நமக்குத் தூக்கிவாரிப்போடாதா?

நம் ஊரில்தான் இது அதிர்ச்சிக்குரிய விஷயம். 'ஏன்? வேலைக்காரப் பெண் தன்னை அழகுபடுத்திக்கொள்ளக்கூடாதா? அழகாகத் தோன்றவேண்டும் என்று அவருக்கு ஆசை இருக்கக்கூடாதா?' என்றெல்லாம் நாம் நினைப்பதில்லை. இதற்கு மாறாக, தென் அமெரிக்க நாடான வெனிசுலாவின் மக்கள் வேறெதையும்விட அழகுணர்ச்சிக்கு முதல் இடம் தருகிறார்கள். பணக்காரர்கள், ஏழைகள், படித்தவர்கள், படிப்பறிவில்லாதவர்கள், முதியவர்கள், இளையவர்கள் என்று எந்த வேறுபாடும் இல்லாமல் ஒட்டுமொத்த நாடும் தன்னை அழகுபடுத்திக்கொள்வதில் அதீத ஆர்வத்தோடு இருக்கிறது.

அதனால்தான் உலக அளவில் வேறு எந்த நாட்டையும்விட வெனிசுலாப் பெண்கள் கூடுதலான அழகிப் போட்டிகளில் வென்றிருக்கிறார்கள். மிஸ் யுனிவர்ஸ் (பிரபஞ்ச அழகி), மிஸ் வேர்ல்ட்

(உலக அழகி) போன்ற மிகப் பெரிய போட்டிகளில் தொடங்கி, எந்தப் பன்னாட்டு அழகிப் போட்டியை எடுத்துக்கொண்டாலும் அங்கு வெனிசுலாவின் கை ஓங்கியிருப்பதைப் பார்க்கலாம்.

அதுமட்டுமில்லை, பல நாடுகளின் விளம்பரத்துறை, திரைப்படம், தொலைக்காட்சி என அத்தனை ஊடகங்களிலும் வெனிசுலாவின் அழகுப் பெண்களும் ஆண்களும் முன்னணி வெற்றியாளர்களாகத் திகழ்கிறார்கள். அழகு, நளினம், கம்பீரம், கவர்ச்சி போன்ற சொற்களுக்கெல்லாம் நேரடி அடையாளம் வெனிசுலா என்று எழுதிவைத்துவிட்டது பன்னாட்டு ஃபேஷன் உலகம்.

இந்தப் பெருமை, அவர்களுக்கு எளிதாகக் கிடைத்துவிடவில்லை. கடந்த பல நூற்றாண்டுகளாக வெனிசுலாவில் இருக்கும் ஒவ்வோர் ஆணும் பெண்ணும் வாழ்நாள் முழுவதும் மிகுந்த கவனம், அக்கறையோடு தன்னை அழகுபடுத்திக்கொண்டதால், அதையே தங்கள் நாட்டின் அடையாளமாக மாற்றிக்கொண்டதால் கிடைத்த வெற்றி இது.

வெனிசுலா மக்கள் அழகுக்குக் கொடுக்கு மதிப்பு அவர்களுடைய குழந்தைப் பருவத்திலேயே தொடங்கிவிடுகிறது. ஆணோ, பெண்ணோ, ஒரு குழந்தை தத்தக்கா, புத்தக்கா என்று நடக்கத் தொடங்கியதும் அதன் அழகை மேம்படுத்தும் பயிற்சிகளைத் தொடங்கிவிடுகிறார்கள்.

இங்கு கவனத்தில் கொள்ளவேண்டிய முதன்மையான விஷயம், அழகு என்பது வெறும் புற அழகுமட்டுமில்லை. புருவம், கண்கள், உதடுகள், கை, கால், இடுப்பு எல்லாம் மிகச் சரியாக அமைந்திருந்தாலும், உள்ளத்தில் தன்னம்பிக்கை இல்லை என்றால் அழகு குறைந்துவிடும், ஒழுங்காகப் பேசிப் பழகத் தெரியவில்லை என்றால் அவர்களுடைய அழகு இன்னும் சில சதவிகிதம் இறங்கித் தெரியும்.

இதை நன்கு உணர்ந்திருக்கும் வெனிசுலா மக்கள் வெறும் உடல் அழகுக்குமட்டுமின்றி ஒட்டுமொத்த ஆளுமை முன்னேற்றம், அதாவது *Personality Development*ஐ முதன்மையாகக் கருதுகிறார்கள். இது ஒன்றுதான் தங்களை உலகின் முன்னிலையில் நிறுத்தும் என்பதில் அவர்களுக்கு அளவுகடந்த நம்பிக்கை.

வெனிசுலாவில் சின்னக் குழந்தைகள் விளையாடும்

பொம்மைகளில்கூட ஒரு சின்னப் பிசிறு இருக்காது. மீன் விழி, வில் புருவம், கொவ்வைப்பழ உதடு, ஆப்பிள் கன்னம், பொருத்தமான நிறத்தில் உடைகள், ஒப்பனை என்று 'குறையொன்றும் இல்லாத' பொம்மைகளைத்தான் பார்த்துப் பார்த்து வாங்குவார்கள் பெற்றோர்.

எடுத்துக்காட்டாக, உலகப் புகழ் பெற்ற 'பார்பி' பொம்மைகளைக் கேள்விப்பட்டிருப்பீர்கள். உலகிலேயே மிகக் கூடுதலான அளவு 'பார்பி'கள் விற்பனையாவது வெனிசுலாவில்தான். பார்பிபோல் இன்னும் பல உள்ளூர் நாயகர்கள், நாயகிகளும் இங்கு பொம்மை வடிவில் கிடைக்கிறார்கள்.

இதனால், இந்தப் பொம்மைகளை வைத்து விளையாடும் குழந்தைகளுக்குத் தாங்களும் அதுபோல் பிசிறில்லாத அழகிகளாக, அழகன்களாக வளரவேண்டும் என்கிற எண்ணம் இயல்பிலேயே உருவாகிவிடுகிறது. இதனை மேலும் ஊக்கப்படுத்துவதுபோல் பெற்றோர் அவர்களுக்குப் பல ஆளுமைப் *(Personality)* பயிற்சிகளை வழங்குகிறார்கள்.

போதாக்குறைக்கு, இதற்கென்றே வெனிசுலாவில் நிறையச் சிறப்புப் பள்ளிகளும் உண்டு. மூன்று வயது, நான்கு வயதுக் குழந்தைகளுக்குக்கூட எப்படி எழிலாக நடக்கவேண்டும், எப்படிப் பழகவேண்டும், எப்படிப் பேசவேண்டும் என்றெல்லாம் நுணுக்கமாகப் பயிற்சி தருகிறார்கள்.

இதுதவிர, தொடர்ந்து உடற்பயிற்சி, உணவிலும் நிறையக் கட்டுப்பாடுகள். மிகச் சிறிய வயதிலிருந்தே வெனிசுலாக் குழந்தைகள் எதைச் சாப்பிட்டால் உடம்பில் அழகு கூடும் என்பதைத் தெரிந்துகொண்டு அதைமட்டுமே சாப்பிடப் பழகுகிறார்கள்.

'அழகு என்பது ஒரு மிகப் பெரிய சொத்து. நம்முடைய மற்ற செல்வங்களை அக்கறையாகப் பராமரிப்பதுபோல் இதையும் முதன்மையாகக் கருதிப் பாதுகாக்கவேண்டும்' என்கிறார் வெனிசுலாவில் ஓர் அழகுப் பயிற்சி நிலையம் நடத்திவரும் அல்பா அசிக்.

இதுபோன்ற பயிற்சி மையங்கள் வெனிசுலாவில் தெருவுக்குத் தெரு தென்படுகின்றன. இவற்றின் முக்கிய நோக்கம் குழந்தைகளை வெறும்

கவர்ச்சி பொம்மைகளாக்கி அழகிப் போட்டிகளுக்கு அனுப்புவது இல்லை, அவர்களை வாழ்க்கைக்கு ஆயத்தப்படுத்துவது.

வாழ்க்கைக்கும் அழகுக்கும் என்ன தொடர்பு என்கிறீர்களா? அங்குதான் வெனிசுலா மக்கள் வேறுபட்டு நிற்கிறார்கள்.

வெனிசுலாவில் எங்கு பார்த்தாலும் அழகுப் போட்டிகள், ஐந்து வயதுக்கு உட்பட்ட குழந்தைகளுக்கான 'மழலை' அழகுப் போட்டிகளில் தொடங்கி, தொடக்கப்பள்ளிகளில், உயர்நிலைப் பள்ளிகளில், கல்லூரிகளில், ஒவ்வொரு தொகுதியிலும், தெருவிலும், ராணுவத்திலும், ஏன் சிறைச்சாலைகளில்கூட அழகுப் போட்டிகள் நடத்திப் பரிசு வழங்குகிறார்கள்.

குறிப்பாக, அந்நாட்டின் மிகச் சிறந்த அழகியைத் தேர்ந்தெடுக்கும் 'மிஸ் வெனிசுலா' போட்டி அங்கு ஒரு மிகப் பெரிய திருவிழா. நம்மவர்கள் தீபாவளி, பொங்கலைக் கொண்டாடுவதுபோல் அங்கு 'மிஸ் வெனிசுலா'ப் போட்டியை மக்கள் எதிர்பார்த்துக் காத்திருக்கிறார்கள்.

தொலைக்காட்சியில் நேரடியாக ஒளிபரப்பாகும் இந்த அழகிப் போட்டியின்போது பள்ளிகள், கல்லூரிகள், அலுவலகங்கள், தொழிற்சாலைகள் எல்லாம் வெறிச்சோடிக் கிடக்கும். பெரும்பாலானோர் விடுமுறை எடுத்துக்கொண்டு தொலைக்காட்சிப் பெட்டியின்முன் உட்கார்ந்துவிடுகிறார்கள்.

நாடுமுழுவதும் அழகு, அழகு என்று துடித்துக்கொண்டிருக்கும்போது, அந்த நாட்டின் மிகச் சிறந்த அழகி எப்படி இருப்பாள்! அதைப் பார்க்கும் ஆவல்தான் எல்லாருக்கும்.

ஒருமுறை 'மிஸ் வெனிசுலா'ப் போட்டி விறுவிறுப்பாக நடந்துகொண்டிருந்தது. அந்தப் போட்டியின் இடையில் வெனிசுலா அதிபர் ஒரு முக்கியமான விஷயத்தைப்பற்றிப் பேசுவதற்காகத் தொலைக்காட்சியில் தோன்றினார்.

அவ்வளவுதான். மக்கள் கொதித்தெழுந்துவிட்டார்கள். 'மிஸ் வெனிசுலா' யார் என்று தெரிந்துகொள்ள நாங்களெல்லாம் சாப்பாடு, தூக்கம் இல்லாமல் கிடக்கிறோம், இந்த அதிபருக்கு இப்போதுதான் பேச நேரம் கிடைத்ததா என்று வீதிக்கு வந்து ஆர்ப்பாட்டம் செய்து பெரிய கலாட்டாவாகிவிட்டது.

வெனிசுலாவில் அழகிப் போட்டி என்பது சும்மா வண்ண வண்ண உடைகளைப் போட்டுக்கொண்டு நடந்து வருவது இல்லை. அது ஒரு மகிழ்ச்சியான கொண்டாட்ட அனுபவம். அழகைத் தங்களுடைய நாட்டுச் சொத்தாக நினைக்கும் வெனிசுலா மக்கள் இந்தப் போட்டிகளில் வெல்கிறவர்களை மிகவும் மதிக்கிறார்கள், பாராட்டிக் கொண்டாடுகிறார்கள்.

இதுபோன்ற அழகிப் போட்டிகளில் பங்கேற்பவர்கள், வெற்றி பெறுகிறவர்கள்மட்டுமின்றி, அவற்றைப் பார்க்கிறவர்களும்கூட அழகுணர்ச்சியால் ஈர்க்கப்படுகிறார்கள், தாங்களும் அழகாகத் தோன்றவேண்டும் என்று நினைக்கத் தொடங்கிவிடுகிறார்கள்.

இவர்கள் எல்லாரும் அழகிப் போட்டிகளில் கலந்துகொள்ளப் போவதில்லை. ஆனால், வீட்டிலிருந்து வெளியில் அலுவலகத்துக்குச் செல்லும்போது, அடுத்தவர்கள் பார்வையில் படும்போது, அவ்வளவு ஏன், ஒரு கத்தரிக்காய், கறிவேப்பிலை வாங்கப் போனால்கூட அழகாகத் தோன்றவேண்டும் என்று நினைக்கிறார்கள்.

இதனால்தான் மற்ற எந்த நாட்டையும்விட வெனிசுலாவில் அழகுப் பொருட்களின் விற்பனை கூடுதலாக உள்ளது. நம் ஊர்த் தெருவோரக் கடைகளில் பொட்டு, தோடு, வளையல் விற்பார்களே, அதுபோல உலக அளவில் அறிமுகமாகும் எந்த அழகுப் பொருளும் உடனடியாக வெனிசுலாத் தெருக்களில் கிடைக்கும்.

இவற்றுக்காகச் செலவழிப்பதை மக்கள் ஒரு பெரிய சுமையாக நினைப்பதே இல்லை. வெனிசுலாவில் ஆண், பெண் வேறுபாடு இல்லாமல் யாருடைய பையைத் திறந்து பார்த்தாலும் ஏழெட்டு அழகுப் பொருட்களாவது இருக்கும்.

நாமெல்லாம் ஏதாவது கல்யாணம், காதுகுத்து, பண்டிகைகள் என்றால்தான் நம்மைச் சிறப்பாக அழகுபடுத்திக்கொள்வோம். ஆனால் வெனிசுலா மக்கள் அரை அங்குல ஒப்பனை இல்லாமல் வீட்டைவிட்டு வெளியில் வருவதே கிடையாது. நல்லதோ, கெட்டதோ எந்நேரமும் அழகாகத் தோன்றவேண்டும் என்பதுதான் அவர்களுடைய நாட்டுப் பண்பு.

சில ஆண்டுகளுக்குமுன்னால் வெனிசுலா ஒரு மோசமான பொருளாதாரச் சரிவைச் சந்தித்தது. அப்போதும் அந்நாட்டில்

விற்பனையாகும் அழகுப் பொருட்களின் எண்ணிக்கை குறையவில்லை, கூடியது.

என்ன கொடுமை இது? பண வீக்கத்தால் நாடு தடுமாறிக் கொண்டிருக்கும்போது எப்படி இவர்களால் ஒப்பனை பூசி அழகுபடுத்திக்கொள்ள முடிகிறது?

அதுதான் வெனிசுலா. 'நிலைமை மோசமாக இருக்கும்போதுதான் நாம் இன்னும் அழகாகத் தோன்றவேண்டும். இல்லையென்றால் நாம் எதற்காக வாழ்கிறோம்?' என்கிறார் அந்நாட்டைச் சேர்ந்த அல்பெர்டோ அர்மாஸ்.

வெனிசுலா மக்களின் அழகு ஆர்வம் அவ்வப்போது ஒப்பனை பூசிக்கொள்வதுடன் முடிந்துவிடுவதில்லை. உடம்பை மெலியச் செய்வதற்கான 'ஏரோபிக்ஸ்' உடற்பயிற்சிகள், நளினம் பழக்கித்தரும் நடனங்கள் போன்றவற்றிலும் அவர்கள் மிகுந்த கவனம் செலுத்துகிறார்கள்.

இதுதவிர, பன்னாட்டுப் பழக்க வழக்கங்களைத் தெரிந்துகொள்வது, பொது அறிவு, தெளிவாகச் சிந்திப்பது போன்ற விஷயங்களையும் அழகின் ஒரு பகுதியாகவே நினைக்கிறது வெனிசுலா. இதனால்தான் அத்தனை அழகிப் போட்டிகளிலும் அவர்களால் கலக்கமுடிகிறது.

உலகெங்கும் அழகுப் பொருட்கள் என்பவை பணக்காரர்களின் தனிச் சொத்தாகத்தான் இருக்கின்றன. ஆனால் வெனிசுலாவில் அது பொதுச் சொத்து. நாட்டின் அனைத்து மட்டங்களில் உள்ளவர்களும் தங்களை அழகுபடுத்திக்கொள்வதில் சிறப்புக் கவனம் செலுத்துகிறார்கள்.

அதனால்தான், உலகின் அழகு அடையாளமாக வெனிசுலா திகழ்கிறது. அந்த ஊர் மக்கள் வெளிநாடுகளுக்குச் செல்லும்போது, 'அழகு நாட்டிலிருந்து வருகிறீர்களா? நல்வரவு!' என்று சொல்லிதான் வரவேற்கிறார்கள்.

நம் ஊரில் தங்களை அழகுபடுத்திக்கொள்வதில் ஆர்வம் இல்லாதவர்கள் பலர், 'என்ன பெரிய அழகு? எல்லாம் மனசில இருக்கு!' என்பதுதான் இங்கே பெரும்பாலானோரின் கருத்து.

ஆனால், தனிப்பட்டமுறையில் நமக்குள் தன்னம்பிக்கை பொங்கவும், மற்றவர்கள் நம்மை மதிக்கவும், வாழ்க்கையில்

வெற்றிபெறவும் அழகுணர்ச்சி என்பது ஒரு நல்ல, தேவையான பண்பு. நாம் இதை வெனிசுலா மக்களிடமிருந்து கண்டிப்பாகக் கற்றுக்கொள்ளவேண்டும்.

அதே நேரம், இந்த அழகு ஆசை அத்துமீறிவிட்டால்? ஆபத்துதான்!

இப்போது வெனிசுலாவில் அதுதான் நடந்துகொண்டிருக்கிறது. அழகாகத் தோன்றவேண்டும் என்கிற ஆசையில் பல இளம் பெண்கள், பையன்கள் செயற்கையான, ஆபத்தான வழிமுறைகளைத் தேடத் தொடங்கிவிட்டார்கள்.

இத்தனைக்கும் வெனிசுலா மக்கள் இயற்கையாகவே மிக அழகானவர்கள். ஆனால், அந்த அழகு போதாது என்கிற பாதுகாப்பற்ற உணர்வும் அவர்களுக்குள் நிறைந்துள்ளது.

வெனிசுலாவில் இதற்கென்றே பல சிறப்பு வல்லுனர்கள் இருக்கிறார்கள். இவர்கள் இளைஞிகள், இளைஞர்களின் உடல் பாகங்களை உருப்பெருக்கு கண்ணாடி கொண்டு அலசி, ‘இந்த மூக்கு கொஞ்சம் நீளமா இருக்கு’, ‘உங்க உதடுகள் சீராக இல்லை’, ‘சின்னத் தொப்பை இருக்கு, கொழுப்பைக் குறைக்கணும்’ என்றெல்லாம் குறைகளை அள்ளி வீசுகிறார்கள்.

இந்த நிலைமையில் நாம் என்ன செய்வோம்? ‘இயற்கை கொடுத்தது. நம்மால் என்ன செய்யமுடியும்?’ என்று சொல்லிவிட்டுச் சும்மா இருந்துவிடுவோம்.

ஆனால் வெனிசுலா மக்களுக்குப் பிசிறில்லாத அழகு என்பது ஒரு கட்டாயத் தேவை. அதற்காக இயற்கையையே ஓரங்கட்டவும் அவர்கள் ஆயத்தமாக உள்ளார்கள்.

இதைப் புரிந்துகொண்ட அழகு வணிகர்கள் இன்னொரு புதுத் தொழிலைத் தொடங்கியிருக்கிறார்கள். மூக்கு, கண், உதடு, கன்னம் தொடங்கி, முன்னழகு, பின்னழகு என அனைத்தையும் ‘பிளாஸ்டிக் சர்ஜரி’ அறுவைச் சிகிச்சைகள்மூலம் மிகச் சிறப்பாக மாற்றித்தருகிற வேலை நாடெங்கும் பெருமளவில் நடைபெறுகிறது.

இந்தச் சிகிச்சைகளுக்கு நிறையச் செலவு ஆகும். ஆனால், அழகு என்று வந்துவிட்டபிறகு வெனிசுலா மக்கள் பணத்தையா கணக்குப் பார்க்கப்போகிறார்கள்?

வெனிசுலா இளைஞர்கள், குறிப்பாகப் பெண்கள் நிறையப் பணத்தைக் கொட்டிக் கொடுத்துத் தங்களை மேலும் அழகுபடுத்திக்கொள்ளத் துடிக்கிறார்கள். இதற்காகவே தங்களுடைய 'பாக்கெட் மணி'யைச் சேமித்து அறுவைச் சிகிச்சை செய்துகொள்கிறவர்கள் உண்டு.

'சிகிச்சை' இல்லை, 'சிகிச்சைகள்' என்பதுதான் சரி. ஜனவரியில் கன்னத்தைச் சரிசெய்வது, ஏப்ரலில் மூக்கைத் திருத்துவது, ஜூலையில் புருவத்தை அழகுபடுத்துவது, செப்டம்பரில் கொழுப்பை நீக்குவது என ஒரே நபர் பலமுறை 'பிளாஸ்டிக் சர்ஜரி' செய்துகொள்வதையெல்லாம் இங்கே பார்க்கலாம்.

கொடுமையான விஷயம், இதுபோன்ற சிகிச்சைகளால் ஏற்படும் பின்விளைவுகளைப்பற்றி இந்த இளைஞர்களுக்குக் கொஞ்சமும் அக்கறை இல்லை. அழகுக்குமுன்னால் அதெல்லாம் பெரிய விஷயமில்லை என்று நினைக்கிறார்கள்.

அதைவிடக் கொடுமை, சாப்பாட்டுக்குத் திண்டாடும் ஏழைகள்கூடத் தங்களுடைய வாழ்நாள் சேமிப்பை அழகு அறுவைச் சிகிச்சைகளுக்காகச் செலவழிக்கிறார்கள். தங்களுடைய மகனுக்கோ, மகளுக்கோ பிறந்த நாள் பரிசாகப் 'பிளாஸ்டிக் சர்ஜரி' செய்து தருகிற பெற்றோரும் உண்டு.

இயற்கை அழகை மேலும் மிளிரச் செய்வது மகிழ்ச்சியான விஷயம். ஆனால் இப்படிச் செயற்கை முறையில், ஆபத்தான வழிகளில் நம்மை அழகு'படுத்தி'க்கொள்வது தேவையா? வெனிசுலா மக்கள் தங்களுடைய அழகான மனத்தைக் கொண்டு இதைச் சிந்தித்தால் நல்லது!

★★★

6. அமெரிக்கா : சொந்தக் காலில் நிற்கும் முனைப்பு

அந்தச் சிறுமிக்குச் சுமார் பத்து வயது இருக்கலாம். அவளிடம் ஒரு பெட்டி நிறையச் சாக்லெட்களைக் கொடுத்தால் அவள் என்ன செய்வாள்?

'ஹையா, ஜாலி' என்று பெட்டியைப் பிரித்துச் சாப்பிடத் தொடங்கிவிடுவாள். மீதமுள்ளதைப் பாதுகாப்பாக ஒரு வாரம், பத்து நாள் வைத்திருந்து கொஞ்சம் கொஞ்சமாகச் சாப்பிடுவாள்.

ஆனால், ஒரு பெட்டிச் சாக்லெட்டைக் கையில் வாங்கிய இந்த அமெரிக்கச் சிறுமியின் முகத்தில் துளி மகிழ்ச்சி இல்லை, கவலை, அச்சம், வருத்தம் போன்றவைதான் நிரம்பிக் கிடக்கின்றன. ஏன்?

பக்கத்தில் சென்று விசாரித்தால் விஷயம் புரிகிறது. இந்தச் சாக்லெட் முழுவதும் அவள் சாப்பிடுவதற்கு இல்லை, விற்பனை செய்வதற்காக.

விற்பனையா? பத்து வயதுப் பெண் ஏன் சாக்லெட் விற்கக் கிளம்பவேண்டும்? அவள் வீட்டில் ஏதேனும் சிக்கலா? வறுமையால் சின்ன வயதிலேயே வேலைக்குப் போகிறாளா?

அதெல்லாம் இல்லை. அவளுடைய தந்தை, தாய் இருவரும் நல்ல வேலையில் கை நிறையச் சம்பாதிக்கிறவர்கள், அந்தப் பகுதியிலேயே மிகப் பெரிய பள்ளியில் நிறையப் பணம் கொடுத்து அவளைச் சேர்த்திருக்கிறார்கள். அவளும் எல்லாப் பாடங்களிலும் முதல், இரண்டாவது மதிப்பெண் வாங்கிக் கலக்கிக்கொண்டிருக்கிறாள்.

இப்படிப்பட்ட நல்ல குடும்பத்தைச் சேர்ந்த, நன்றாகப் படிக்கக்கூடிய ஒரு பெண் ஏன் சாக்லெட் விற்றுச் சம்பாதிக்கவேண்டும்?

அதுதான் அமெரிக்கா. அங்கு உங்களுடைய பெற்றோர், முன்னோர்கள் எப்படிப்பட்ட உயர்நிலையில் இருந்தார்கள், இருக்கிறார்கள் என்கிற பழம்பெருமையைவிட நீங்கள் உங்களுடைய சொந்தக் காலில் நிற்கிறீர்களா என்கிற உணர்வு மிகுதி.

அதாவது, என்னுடைய தந்தை, தாய் கோடீஸ்வரர்களாக இருக்கலாம், என் வீட்டில் எல்லா வசதிகளும் இருக்கலாம், சுற்றிலும் பத்துப் பதினைந்து வேலைக்காரர்கள், ஏழெட்டுக் கார்கள் என்று தூள் பறக்கலாம். ஆனால் இதையெல்லாம் தாண்டித் தனிப்பட்டமுறையில் நான் சொந்தமாக என்ன செய்கிறேன்? அதுதான் மற்ற எல்லாவற்றையும்விட முதன்மையானது.

இந்த எண்ணத்தை மிகச் சிறிய வயதிலிருந்தே குழந்தைகள் மனத்தில் வளர்த்துவிடவேண்டும் என்பதற்காக அமெரிக்கச் சமூகம் பலவிதமான உத்திகளில் ஈடுபடுகிறது. அவற்றில் ஒன்றுதான் இப்படிச் சாக்லெட் விற்கிற வேலை.

சென்ற வாரம், இந்தச் சிறுமி தயங்கித் தயங்கித் தன்னுடைய பெற்றோரை அணுகினாள், 'அப்பா, அம்மா, எனக்கு ஒரு சைக்கிள் வாங்கிக் கொடுங்க, ப்ளீஸ்' என்று கெஞ்சலாகக் கேட்டாள்.

நம் ஊரில் ஒரு பெண் இப்படிக் கேட்டால் என்ன நடக்கும்? 'முளைச்சு மூணு இலை விடலை. உனக்குச் சைக்கிள் கேட்குதோ?' என்று சிலர் குழந்தை முகத்தில் இடிப்பார்கள். வேறு சிலர் குழந்தை ஆசையாகக் கேட்கிறதே என்று உடனடியாகக் கடைக்குப் போய் ஒரு மிதிவண்டியை வாங்கிக் கொடுத்துவிடுவார்கள்.

அமெரிக்கர்களுக்கு இந்த இரண்டுமே பிடிக்காது. அதற்குப் பதிலாக வேறொரு வித்தியாசமான விஷயத்தைச் செய்வார்கள்.

'உனக்குச் சைக்கிள்தானே வேணும்? தாராளமா வாங்கிடலாம்' என்று சொல்வார் அந்த அமெரிக்கத் தந்தை, 'ஒரு சைக்கிள் என்ன விலை? குத்துமதிப்பா நூறு டாலர் இருக்குமா? நான் உனக்கு நூறு சாக்லெட் வாங்கித் தர்றேன். நீயே அக்கம்பக்கத்தில போய் அதையெல்லாம் வித்துட்டு வா. அதில நீ சம்பாதிக்கிற நூறு டாலரை வெச்சு நீயே சைக்கிள் வாங்கிக்கோ. சரியா?'

சாக்லெட்தான் என்றில்லை, பேனா, பென்சில், பிஸ்கட், சோப்பு, சீப்பு, கண்ணாடி என ஏதோ ஒன்று... அதைக் குழந்தைகள் கையில் கொடுத்து 'விற்றுவிட்டு வா' என்று வெளியில் அனுப்பிவிடுவார்கள்.

இப்போது, அந்தக் குழந்தையின் மனநிலை எப்படி இருக்கும் என்று சிந்தியுங்கள். அவளுக்கு மிதிவண்டி வேண்டும் என்றால் இந்தச் சாக்லெட்கள் அனைத்தையும் அவள் விற்பனை செய்தாகவேண்டும். வேறு வழியில்லை.

ஆனால், அவளுக்கு இதுவரை சாக்லெட் விற்றுப் பழக்கமே இல்லை. மகிழ்ச்சியாக வீடு, பள்ளி, நண்பர்கள் என்று ஓடியாடிக்கொண்டிருந்தவளுக்கு இந்த அனுபவம் மிகவும் புதியது. ஆகவே, அவளுடைய தந்தை, தாய் தொடங்கி, சுற்றியிருக்கும் அமெரிக்கச் சமுதாயம் மொத்தமும் அவளுக்கு உதவுகிறது.

எடுத்துக்காட்டாக, பக்கத்து வீட்டுக்காரர் அவளை அழைக்கிறார், 'என்னம்மா? சாக்லெட் விற்கணுமா? நான் உனக்கு உதவி பண்றேன்' என்கிறார்.

'உதவி' என்றால், அவர் பத்துப் பாக்கெட் சாக்லெட் வாங்கி உதவுவார் என்று பொருள் இல்லை. அதற்குப் பதிலாக, அவர் தனக்குத் தெரிந்த 'விற்பனை' நுணுக்கங்களையெல்லாம் அந்தக் குழந்தைக்குச் சொல்லித்தருகிறார்.

ஒவ்வொரு வீட்டுக் கதவையும் மென்மையாகத் தட்டவேண்டும். கதவைத் திறக்கிறவர்களைப் பார்த்துப் புன்னகை செய்து 'காலை வணக்கம்' சொல்லவேண்டும். 'உங்களைத் தொந்தரவு செய்வதற்கு மன்னியுங்கள்' என்று பணிவாகச் சொல்லிவிட்டு நம்முடைய சாக்லெட்டின் அருமை பெருமைகளை விளக்கவேண்டும். 'குறைந்த விலை, ஆனால் அருமையான சுவை' என்றெல்லாம் பேச்சிலேயே விளம்பரம் செய்யவேண்டும். நிறைவாக, 'நீங்கள் ஐந்து சாக்லெட் வாங்கினால், நான் ஒரு சாக்லெட் இலவசமாகத் தருகிறேன்' என்று சலுகை தரவேண்டும். இதையெல்லாம் செய்தபிறகு, அவர்கள் சாக்லெட் வாங்கினாலும், வாங்கிக்கொள்ளாவிட்டாலும் அன்பாக நன்றி சொல்லிவிட்டு வெளியில் வரவேண்டும். ஏதாவது ஒரு வீட்டில் 'போ வெளியே' என்று யாராவது கத்தினால் எரிச்சலடையக்கூடாது, நம்பிக்கை இழக்கக்கூடாது. அந்த வீடு இல்லாவிட்டால் இன்னொரு வீடு, மொத்தப் பெட்டிச் சாக்லெட்டும் காலியாகிறவரை நாம் ஓயக்கூடாது.

என்ன யோசிக்கிறீர்கள்? பெரிய விற்பனைப் பிரதிநிதிகளுக்குத் தெரியவேண்டிய விஷயங்களையெல்லாம் ஒரு சின்னக் குழந்தைக்குச் சொல்லித்தந்தால் என்ன பயன் என்றுதானே?

காரணம் இருக்கிறது. இந்தச் சாக்லெட் பெட்டிக்குச் செலவழித்த நூறு டாலரை அந்தக் குழந்தையின் தந்தை அவள் கையிலேயே கொடுத்திருக்கலாம். அப்படிச் செய்யாமல் அவளை ஒரு 'குட்டி'த் தொழிலதிபராக மாற்றியிருக்கிறார் அவர். அனுபவமில்லாத இந்தத் தொழிலில் அவள் சரியாகச் செயல்பட்டு முன்னேறவேண்டுமே என்று அக்கம்பக்கத்தில் உள்ளவர்களும் தெரிந்ததைச் சொல்லிக் கொடுத்து உதவுகிறார்கள்.

இப்போது அந்தக் குழந்தை முதல் வீட்டு வாசலில் சென்று நிற்கிறாள். ஆனால், கதவைத் தட்ட மனம் வரவில்லை. வெட்கம் பிடுங்கித் தின்கிறது. நெடுநேரம் தயக்கத்துடன் அங்கேயே நின்றுகொண்டிருந்துவிட்டுத் திரும்பி வந்துவிடுகிறாள்.

அடுத்த வீடு, அதற்கடுத்த வீட்டிலும் அதே கதைதான். கடைசியாக நான்காவது வீட்டில் கொஞ்சம் துணிச்சல் வந்து கதவைத் தட்டுகிறாள். யாரோ திறக்கிறார்கள், 'என்ன?' அதட்டலாக விசாரிக்கிறார்கள்.

அவ்வளவுதான். தான் என்ன பேச வந்தோம் என்பதையே அவள் மறந்துவிடுகிறாள். மென்று விழுங்கி அவரிடம் மன்னிப்புக் கேட்டுவிட்டு வீட்டுக்கு ஓடுகிறாள்.

அவளுக்கு அழுகையாக வருகிறது, 'என்னால இது முடியலைப்பா' என்று கதறுகிறாள், 'அம்மா, தயவுசெஞ்சு நீங்களே இந்தச் சாக்லெட்டையெல்லாம் வாங்கிக்கிட்டு நூறு டாலர் கொடுங்க, ப்ளீஸ்' என்று கெஞ்சுகிறாள்.

'ம்ஹூம், வாய்ப்பே இல்லை' அவளுடைய தந்தையும் தாயும் ஒரே குரலில் சொல்கிறார்கள், 'முடியலைன்னு சொல்லாதே. உனக்கு விற்கத் தெரியலைன்னு சொல்லு. நாங்க உனக்கு சொல்லித்தர்றோம்.'

அன்று இரவு, அவர்கள் வீட்டில் தீவிரப் பயிற்சி நடைபெறுகிறது. தந்தையும் தாயும் பக்கத்து வீட்டுக்காரர்களாக நடிக்க, மகள் அவர்கள் அறைக் கதவைத் தட்டிச் சாக்லெட் விற்பதுபோல்

நாடகம். இதையே தொடர்ந்து பலமுறை செய்தபிறகு, அவளுக்கு ஓரளவு நம்பிக்கை வருகிறது.

மறுநாள், அவள் மீண்டும் சாக்லெட் விற்கக் கிளம்பும்போது கூடவே துணைக்கு அவளுடைய தந்தையோ, தாயோ வருகிறார்கள். நன்றாக ஊக்கப்படுத்தி முதல் வீட்டை நோக்கி அவளை அனுப்பிவிட்டுப் பக்கத்தில் ஒளிந்து நிற்கிறார்கள்.

அந்தப் பெண் அந்த வீட்டு வாசலில் தயங்கி நிற்கிறாள். பிறகு தெம்பாகக் கதவைத் தட்டுகிறாள், திறக்கிறவர்களிடம் துணிச்சலாகப் பேசி, 'ஒரே ஒரு சாக்லெட் வாங்கிக்கோங்க மேடம்' என்று கேட்கிறாள்.

அவர்களுக்குச் சாக்லெட் தேவையோ, இல்லையோ, இந்தக் குழந்தைத் தொழிலதிபரை ஊக்கப்படுத்துவதற்காகவே அவர்கள் ஒரு சாக்லெட் வாங்கிக்கொள்கிறார்கள். இப்படியே இன்னும் சில வீடுகளில் ஏழெட்டுச் சாக்லெட்கள் விற்பனையாகின்றன.

ஆனால், இப்படி நாள்தோறும் கொஞ்சம் கொஞ்சமாக விற்றுக்கொண்டிருந்தால் நூறு சாக்லெட்களும் காலியாவது எப்போது? வேறு ஏதாவது புதுமையாகச் செய்யவேண்டும் என்று யோசிக்கிறாள் அந்தச் சிறுமி.

சுற்றியுள்ள கடைகள், விளம்பரங்களைப் பார்க்கும்போது, அவளுக்கு ஒரு நல்ல யோசனை தோன்றுகிறது, 'நானே ஒவ்வொரு வீடாகச் சென்று விற்பனை செய்வதைவிட, அவர்களே என்னிடம் வந்து சாக்லெட் வாங்கினால் எப்படி இருக்கும்! அதற்கு என்ன வழி?'

அந்த ஊரில் ஒரு சின்னப் பூங்கா இருக்கிறது. அங்கு நிறையக் குழந்தைகள் வந்து போவார்கள். அந்த இடத்தில் ஒரு கடை போட்டால் ஒரே நேரத்தில் சட்டென்று நிறையச் சாக்லெட்கள் விற்பனையாகும்.

உடனடியாக, ஒரு குட்டி மேசை, வண்ணப் பென்சிலில் எழுதிய அறிவிப்புப் பலகையுடன் அவளுடைய 'திடீர்க் கடை' ஆயத்தமாகிவிடுகிறது. அன்று மாலை இரண்டு மணி நேரத்துக்குள் உட்கார்ந்த இடத்தில் நாற்பது சாக்லெட்கள் விற்றுவிட்டாள் அவள்.

இனிமேல் அவளுக்கு யாரும் விற்பனைப் பாடம் சொல்லித்தர வேண்டியதில்லை. இதேபோல் தொடர்ந்து முயற்சி செய்தால் மீதியிருக்கிற சுமார் ஐம்பது சாக்லெட்களையும் எளிதில் விற்றுவிடமுடியும் என்று அவளுக்குப் புரிந்துவிட்டது, இதில் இருக்கும் மிகப் பெரிய மகிழ்ச்சியும் விளங்கிவிட்டது.

அடுத்தமுறை அவளுக்கு இன்னொரு பொருள் தேவைப்பட்டால், தந்தை, தாயிடம் காசு கேட்கமாட்டாள், அவர்களுடைய அறிவுரைகள், உதவியுடன் சொந்தமாக ஒரு சாக்லெட் கடையோ, பழரசக் கடையோ அமைத்துவிடுவாள், அக்கம்பக்கத்து வீட்டாருக்குத் தேவையான சின்னச் சின்ன வேலைகளைச் செய்து கொடுப்பாள், இங்கு எளிதில் கிடைக்காத ஒரு பொருளைத் தொலைவிலிருந்து வாங்கி வந்து விற்பனை செய்வாள், சிறிது சிறிதாகத் தனக்குத் தேவையானதைத் தானே சம்பாதித்துக்கொள்வாள்.

இந்த நீட்டி முழக்கப்பட்ட கற்பனைக் கதை அமெரிக்கச் சமூகம் தன் குழந்தைகளுக்கு வழங்கும் மிக முதன்மையான ஒரு பயிற்சியைச் சுட்டிக்காட்டுகிறது. சிறுவயதில் அவர்கள் கேட்பதையெல்லாம் வாங்கிக் கொடுத்துவிட்டால், எல்லாம் எளிதில் கிடைத்துவிடும் என்கிற எண்ணம்தான் வரும். அதற்குப் பதிலாக, அந்த வயதிலேயே இப்படிக் கஷ்டப்பட்டு உழைத்துச் சம்பாதிக்கிற பழக்கத்தை உருவாக்கினால், அதிலிருக்கிற சுவையைச் சுட்டிக்காட்டினால், அப்போதே நாமும் நம்முடைய சொந்தக் காலில் நிற்கவேண்டும் என்கிற உணர்வு அவர்களுக்கு வந்துவிடுகிறது.

அதனால்தான் பெரும்பாலான அமெரிக்க இளைஞர்கள், இளைஞிகள் பெற்றோர்களின் ‘பாக்கெட் மணி’யைமட்டும் நம்பியிருப்பது இல்லை. ஓய்வு நேரத்தில் ஏதோ ஒரு கடையில் அல்லது வீட்டில் வேலை செய்வது, இல்லாவிட்டால், ஏதேனும் பொருள்களை வாங்கி விற்பது என்று சொந்தமாகச் சம்பாதிக்கத் தொடங்கிவிடுகிறார்கள்.

அமெரிக்க வெற்றியாளர்கள் யாருடைய வாழ்க்கை வரலாற்றைப் புரட்டிப்பார்த்தாலும், சிறுவயதில் அவர்கள் இப்படி ஏதாவது வேலைகளைச் செய்து பணம் சம்பாதித்த உண்மைக் கதைகளைப் பார்க்கலாம். அவர்களில் சிலர் அந்தச் சிறுவயதுத்

தொழில்களையே இன்னும் விரிவாக்கி, ஆழமாக்கிப் பெரிய அளவில் வென்றிருப்பார்கள்.

'நூற்றுக்குத் தொண்ணூறு அமெரிக்கப் பிள்ளைகள் தங்களுடைய பள்ளி, கல்லூரிக் கட்டணம், பிற செலவுகளுக்குக்கூடத் தங்கள் பெற்றோரைத் தொந்தரவு செய்வதே இல்லை' என்கிறார் அங்கு வாழும் இந்தியர் ரமணா, 'அக்கம்பக்கத்தில் இருப்பவர்களுடைய குழந்தைகளைப் பார்த்துக்கொள்கிறார்கள், அல்லது, கடைகள், உணவகங்கள், மருத்துவமனைகள், நூலகங்கள், பள்ளிக்கூடங்களில் சம்பளத்துக்கு வேலை செய்கிறார்கள், அல்லது, தங்கள் பெற்றோர், உறவினர்கள், பக்கத்து வீட்டுக்காரர்களுக்கு வீட்டைத் தூய்மைப்படுத்துவது, தோட்டத்தில் புல் நறுக்குவதுபோன்ற சின்னச்சின்ன வேலைகளைச் செய்துகொடுத்துப் பணம் பெற்றுக்கொள்கிறார்கள்... எப்படியாவது தங்களுக்குத் தேவையான பணத்தைத் தாங்களே சம்பாதித்துக்கொள்கிறார்கள்.'

நம் ஊரில் பிள்ளைகள் தலையெடுக்கும்வரை அவர்களைப் பெற்றோர்தான் காப்பாற்றவேண்டும் என்கிற எண்ணம் இருக்கிறது. ஆனால் அமெரிக்காவில் 'என் வாழ்க்கை எனக்கே சொந்தம்' என்று பொறுப்பேற்றுக்கொண்டு செயல்படுகிற மனநிலை மிகுதி. அதனால்தான் எதற்கும் குடும்பத்தினரையோ, அடுத்தவர்களையோ எதிர்பார்க்காமல் இளைஞர்கள் சொந்தமாகச் சம்பாதிக்கத் தொடங்கிவிடுகிறார்கள். பெற்றோரும் அதை ஊக்குவிக்கிறார்கள், அவர்களுக்குச் சரியான அறிவுரைகளைச் சொல்லி வழிகாட்டுகிறார்கள், தேவையான நேரங்களில் உதவுகிறார்கள்.

பெரும்பாலான இளைஞர்கள் இப்படிச் சம்பாதிக்கும் தொகையை விருப்பம்போல் செலவு செய்து தீர்த்துவிடுவதில்லை. அதனை ஒழுங்காகச் சேமித்து வைத்து, அல்லது, நல்ல லாபம் வரக்கூடிய இடங்களில் முதலீடு செய்து இன்னும் நன்றாகப் பெருக்குகிறார்கள்.

இதனால்தான் அமெரிக்காவில் சின்னக் குழந்தைகளுக்குக்கூடப் பணத்தின் முதன்மைத்துவம், சேமிப்பின் மேன்மை போன்றவற்றை விளக்கும் புத்தகங்கள் நிறையக் கிடைக்கின்றன. குழந்தைகள் ஒரு குறிப்பிட்ட வயதைத் தாண்டியபிறகு பெற்றோர் இதுபோன்ற நூல்களை அவர்களுக்குப் பரிசளித்து ஊக்கப்படுத்துகிறார்கள்!

நம் ஊரில், படிப்பை முடிக்கிறவர்கள் உடனடியாகத் தேடுவது ஒரு நல்ல வேலையைத்தான். ஒழுங்காக மாதச் சம்பளம் வாங்கிக்கொண்டு 58 வயதுவரை வேலை பார்க்கவேண்டும், அதன்பிறகும் ஓய்வூதியத்தை வைத்து நிம்மதியாக வாழ்க்கை நடத்தவேண்டும் என்பதுதான் பெரும்பாலானோருடைய கனவு.

ஆனால், பள்ளி, கல்லூரி நாள்களில் சொந்தமாக உழைத்துப் பழகிய அமெரிக்க இளைஞர்கள் பலர் படிப்பை முடித்துவிட்டு வேலைக்குப் போவதைவிடச் சொந்தமாக ஏதேனும் செய்யவேண்டும் என்பதைத்தான் விரும்புகிறார்கள். இன்னொருவரிடம் சம்பளம் வாங்கிக்கொண்டு வேலை பார்ப்பதைவிட நாமே ஏதாவது ஒரு தொழில் தொடங்கிவிடலாமே என்று நினைக்கிறவர்கள் அங்கு ஏராளம்.

இதனால், பெரும்பாலான அமெரிக்கர்கள் தங்களுடைய இள வயதில் ஏதேனும் ஒரு தொழிலைத் தொடங்கி நடத்துகிறார்கள். அது லாபமோ, நஷ்டமோ, அதனால் கிடைக்கும் அனுபவம் விலைமதிக்கமுடியாதது. அதனை அடித்தளமாகப் பயன்படுத்தித்தான் அமெரிக்கர்களால் மிகப் பெரிய உயரங்களுக்கு நகரமுடிகிறது.

‘உலகப் பொருளாதாரம்முழுவதும் அமெரிக்காவை மையமாகக் கொண்டு இயங்குகிறது’ என்று அடிக்கடி செய்தித் தாள்களில் படிக்கிறோம். அதற்கு முக்கியக் காரணம், அவர்கள் யாரையும் சார்ந்திருக்க விரும்புவதில்லை. தனிப்பட்டமுறையிலும் சரி, ஒட்டுமொத்த நாடாகவும் சரி, சொந்தக் காலில்தான் நிற்கவேண்டும் என்பதில் அவர்கள் உறுதியாக இருக்கிறார்கள். அதனால்தான் அமெரிக்காவை உலகம் சுற்றிவருகிறது!

★★★

7. ஃபிரான்ஸ்: காதல் பெருகட்டும்

லட்சுமி மிட்டல், உலகின் மிகப் பெரிய பணக்காரர்களில் ஒருவர், பன்னாட்டுத் தொழில் உலகில் இந்தியாவின் பெருமைக்குரிய ஓர் அடையாளம்.

சில ஆண்டுகளுக்குமுன் லட்சுமி மிட்டலின் மகளுக்குத் திருமண ஏற்பாடுகள் தொடங்கின. 'கல்யாணம் எங்கே?' என்று பேச்சு கிளம்பியபோது, மணமகள் வனிஷா ஒரு விநாடிகூட யோசிக்கவில்லை, உடனடியாகச் சொன்னார், 'ஃபிரான்ஸ்!'

லட்சுமி மிட்டல் இந்தியாவைச் சேர்ந்தவர். அப்போது அவர் இங்கிலாந்தில் வசித்துக்கொண்டிருந்தார். அவருடைய வருங்கால மாப்பிள்ளைகூட லண்டனில் வாழ்கிறவர்தான். அப்புறம் ஏன் வனிஷா ஃபிரான்ஸில்தான் கல்யாணம் செய்துகொள்ளவேண்டும் என்று விரும்பினார்?

ஒரே ஒரு காரணம்தான்: உலகின் உண்மையான 'காதல் நாடு', ஃபிரான்ஸ்!

அதனால்தான், வனிஷா மிட்டல்மட்டுமில்லை, உலகெங்கிலும் உள்ள ஏராளமான காதலர்கள் ஃபிரான்ஸில் திருமணம் செய்துகொள்ள விரும்புகிறார்கள், அது முடியாவிட்டாலும் தேனிலவுக்காவது ஃபிரெஞ்சு நாட்டை ஒருமுறை சுற்றிவரவேண்டும் என்று ஆசைப்படுகிறார்கள்.

ஃபிரெஞ்சுக் காதலில் அப்படியென்ன சிறப்பு?

‘இந்தக் கேள்விக்குச் சொற்களில் பதில் சொல்வது சிரமம். பேசாமல் ஒரு நடை எங்கள் ஊருக்கு வந்து பாருங்கள்’ என்கிறார்கள் ஃபிரெஞ்சுக் குடிமக்கள். கல்நெஞ்சோடு கிளம்பி வருகிறவர்கள்கூட இங்கிருந்து திரும்பிச் செல்லும்போது ‘காதல் மன்னர்’களாக மாறிவிடுவார்களாம்!

பொதுவாக நம் ஊரில் காதலர்கள் சந்திக்கவேண்டுமென்றால் பூங்காக்கள், கடற்கரை, திரையரங்குகள்... இப்படி ஒரு சில இடங்கள்தான்.

ஆனால் ஃபிரான்ஸில் ஒட்டுமொத்த நாடும் காதலர்களுக்காகவே கட்டமைக்கப்பட்டிருப்பதுபோல் தோன்றும். ஒவ்வொரு நகரமும், ஒவ்வொரு கிராமமும், ஒவ்வொரு தெரு முனையும், ஒவ்வொரு கட்டடமும் காதலர்களுக்கான மென்மைச் சூழலுடன் அமைந்திருக்கின்றன.

ஃபிரெஞ்சு மக்களுக்கு எதையும் நேர்த்தியாக, அழகாகச் செய்வது பிடிக்கும். எடுத்துக்காட்டாக, அங்கு தயாராகும் கண்ணாடிக் கோப்பைகளைப் பார்த்தால் நாம் அதுவரை பயன்படுத்தியிருக்கக்கூடிய அத்தனைக் கோப்பைகளும் வெறும் குப்பைத் தொட்டிகளைப்போல் தோன்றும்.

இந்த அழகுணர்ச்சி பாரிஸில் தொடங்கி ஃபிரெஞ்சு நகரங்கள் அனைத்திலும் கொட்டிக் கிடக்கிறது. ஆங்கிலத்தில் ‘*Picture Perfect*’ என்று சொல்வார்கள். அதுபோல ஒரு கச்சிதமான, பிசிறு சொல்லமுடியாத அழகை அந்நாட்டில் எங்கேயும் பார்க்கலாம்.

காதல் என்பது நம்முடைய மனத்துக்குப் பிடித்தவரிடம் இருக்கிற குறைகளை மறந்து நல்ல விஷயங்களைமட்டும் பார்ப்பதுதானே? இந்த ஒற்றுமைதான் ஃபிரான்ஸ், காதல் இரண்டையும் ஒன்றாக இணைத்திருக்கிறது.

ஃபிரான்ஸில் வசிக்கிறவர்களும் சரி, அந்த நாட்டைச் சுற்றிப் பார்க்க வரும் பயணிகளும் சரி, எங்கு பார்த்தாலும் பசுமை, செழுமை, கலை அழகு, சிரிப்பு, மகிழ்ச்சி போன்றவற்றைத்தான் பார்க்கமுடியும். இங்கு எதிர்மறை விஷயங்களே இல்லை என்று நினைக்கத் தூண்டும்படியான ஓர் உன்னதமான அனுபவத்தை அந்த நாடு தனக்குள் பொதித்துவைத்திருக்கிறது.

குறைகள் இல்லாத, நிறைகள்மட்டுமே கொண்ட வாழ்க்கை என்பது நம் ஒவ்வொருவருடைய, குறிப்பாகக் காதலர்களின் மிகப் பெரிய கனவு. அதை என்றென்றும் அடையமுடியாவிட்டாலும் தாற்காலிகமாகவேனும் நிகழ்த்திக் காட்டுகிறது ஃபிரெஞ்சுச் சூழல்.

இந்தச் சூழல் ஃபிரான்ஸ் மக்கள் வலுக்கட்டாயமாக முனைந்து உருவாக்கியது கிடையாது. இயற்கையாகவே மலைகள், காடுகள், நதிகள், பள்ளத்தாக்குகள் என்று அழகு கொஞ்சும் ஒரு நாடு அவர்களுக்குக் கிடைத்திருக்கிறது. அதை இன்னும் அழகூட்டுவதற்குச் செயற்கை அம்சங்களைப் பயன்படுத்துகிறார்கள்.

பெரும்பாலான ஃபிரான்ஸ் நகரங்களில், குறிப்பாகத் தலைநகர் பாரிஸில் இருட்டு என்பதே கிடையாது, சூரியன் சற்று மேற்குத் திசையில் சரிவதுபோல் தோன்றினால் போதும், நகர்முழுவதும் ஆயிரக்கணக்கான, லட்சக்கணக்கான விளக்குகளை எரியவிட்டு ஒளிமயமாக்கிவிடுவார்கள். இதனாலேயே பாரிஸுக்கு *'City Of Light'* என்று ஒரு செல்லப் பெயர் உண்டு.

மிக அழகாக வடிவமைக்கப்பட்ட கட்டடங்கள், தேவாலயங்கள், பூங்காக்கள், அருங்காட்சியகங்கள், பாலங்கள் ஒருபுறமிருக்க, ஓர் எளிய பெட்டிக் கடையைக்கூட இன்னும் அழகாகத் தோற்றமளிக்கச் செய்வது எப்படி என்கிற நுட்பம் ஃபிரெஞ்சுக் கலைஞர்களுக்கு நன்றாகத் தெரியும்.

ஃபிரான்ஸில் காதலர்களோ, தம்பதியரோ ஒருவருடன் ஒருவர் கை கோர்த்துக்கொண்டு எங்கு வேண்டுமானாலும் நடந்து செல்லலாம். போகும் வழியெல்லாம் அழகு, மென்மை, ஒளிர்வு. வேறெதுவும் நம்முடைய மகிழ்ச்சியைத் தடை செய்யாது.

நடக்கக்கூட வேண்டாம். வெறுமனே உட்கார்ந்து சுற்றிலும் நடப்பவற்றைப் பார்த்துக்கொண்டிருந்தாலே போதும், நேரம் போவது தெரியாது. இப்படிப்பட்ட சூழலில் காதல் துணையுடன் நேசம் தானாகப் பெருகும்.

இதனால்தான், ஃபிரான்ஸ் சென்று திரும்பியவர்கள் எல்லாரும் 'வாழ்க்கையில் அந்த அனுபவத்தை மறக்கவே முடியாது' என்று நெகிழ்கிறார்கள். இதற்காகவே பல ஆண்டுகள் கஷ்டப்பட்டுக் காசு சேமித்து, ஃபிரான்ஸ் சுற்றுலா செல்கிறவர்கள் உலகெங்கும் இருக்கிறார்கள்.

நம் ஊரில் கணவனும் மனைவியும் பைக்கில் நெருக்கமாக அமர்ந்து பயணம் செய்தால்கூட மற்றவர்கள் சிறிது முகம் சுளிப்பார்கள், 'இதெல்லாம் வீட்டுக்குள்ள வெச்சுக்கக்கூடாதா?' என்று அதட்டுவார்கள்.

ஆனால் ஃபிரெஞ்சுச் சமூகத்தில் இது தலைகீழ். அங்கு PDA எனப்படும் *Public Display of Affection*, அதாவது, அன்பைப் பகிரங்கமாக வெளிப்படுத்துவது நன்கு ஊக்குவிக்கப்படுகிறது.

இதன் ஓர் அடையாளம், உலகமெங்கும் புகழ் பெற்றது. 'ஃபிரெஞ்சுக் கிஸ்' என்று அழைக்கப்படும் உதட்டு முத்தம். இது அந்நாட்டு வீதிகளில் மிக இயல்பாக நடக்கும். அதையெல்லாம் அங்கு யாரும் வாயைப் பிளந்துகொண்டு உற்றுப்பார்ப்பதில்லை.

ஃபிரெஞ்சுக் காதலும் சரி, ஃபிரெஞ்சு முத்தமும் சரி, நவீன காலத்தில் கண்டுபிடிக்கப்பட்டவை இல்லை. பல நூற்றாண்டுகளுக்கு முன்பாகவே ஃபிரான்ஸ் நாட்டு மக்கள் மிகப் பெரிய காதல் விரும்பிகளாகத்தான் வாழ்ந்திருக்கிறார்கள்.

எடுத்துக்காட்டாக, இங்கு ஒரு சிறிய காதல் கடிதம். இதை எழுதியவர் யார் என்று கண்டுபிடியுங்கள், பார்க்கலாம்:

'இனியவளே, இணையில்லாதவளே, எந்நேரமும் எனக்குள் உன் நினைவுகள்தான் நிரம்பியிருக்கின்றன. இன்னும் மூன்று மணி நேரத்தில் நான் உன்னைச் சந்திக்கப்போகிறேன். அதுவரை உனக்கு ஆயிரம் முத்தங்கள்!

ஆனால், பதிலுக்கு நீ எதுவும் முத்தம் தரவேண்டியதில்லை. ஏனெனில், உன் முத்தங்கள் என் ரத்தத்தைக் கொந்தளிக்கச் செய்கின்றன.'

காதல் ததும்பும் இந்தக் கடிதத்தை எழுதியவர், ஃபிரான்ஸின் பேரரசராக வலம் வந்த மாவீரர் நெப்போலியன். அவர் தன்னுடைய காதலிக்கு எழுதிய கடிதங்களையெல்லாம் முழுவதுமாகப் படிக்கிறபோது, அத்தனை பெரிய வீரர் ஒரு பெண்ணின் அன்புக்காக இப்படி ஏங்கியிருக்கிறாரே என்று நமக்கு வியப்பாக இருக்கும்.

ஃபிரெஞ்சுச் சமுதாயத்தைப் பொறுத்தவரை போர் வீரர், பேரரசர், அமைச்சர், நீதியரசர், தொழிலதிபர், பெரிய அலுவலர், நடிகர்,

எழுத்தாளர் என்று நீங்கள் யாராக இருந்தாலும் சரி, காதல் என்று வந்துவிட்டால் அதற்குரிய அனைத்து அடையாளங்களையும் பின்பற்றிக்கொண்டு உருகி உருகிக் காதலிக்கவேண்டியதுதான். இதற்காக வெட்கப்படுவதோ, தேவையில்லாத கம்பீரம் காட்டி ஒதுங்கி நிற்பதோ அவர்களுடைய சமூகத்தில் இல்லை. காதல் என்றால் அதில் முழுவதுமாக மூழ்கித் திளைப்பதுதான் அவர்களுடைய பரம்பரைப் பழக்கம்.

இன்றைக்கும் ஃபிரான்ஸில் பக்கத்துப் பக்கத்து வீடுகளில் இருக்கிற காதலர்கள்கூடக் கடிதங்கள் எழுதிக்கொள்ளத் தவறுவதில்லையாம். தாளோ பேனாவோ இல்லாவிட்டால் மின்னஞ்சல், அதுவும் இல்லாவிட்டால் செல்பேசிக் குறுஞ்செய்தி... இப்படி ஏதோ ஒரு வழியில் தங்களுடைய காதலை மறைக்காமல் வெளிப்படையாகச் சொல்லிக்கொண்டால்தான் அவர்களுக்கு மகிழ்ச்சி.

கடிதங்கள்மட்டுமில்லை, ஃபிரெஞ்சு மொழியில் எழுதப்பட்ட காதல் கவிதைகள் உலகெங்கும் புகழ் பெற்றவை. நம் ஊரில் காதலர்கள் பகிர்ந்துகொள்கிற அழகான வாழ்த்து அட்டைகளில் அச்சிடப்பட்டுள்ள 'உருகுதே, மருகுதே' ஆங்கிலச் சொற்றொடர்கள் பெரும்பாலும் ஃபிரெஞ்சுக் காதல் கவிதைகளில் இருந்து சுருட்டியவையாகத்தான் இருக்கும்.

காதல் கவிதைகளை வெறுமனே தாளில் எழுதிவைப்பதோடு நிறுத்திவிடாமல், அதற்குக் காதல் ததும்பும் இசையும் கோத்துப் பாடுவது ஃபிரெஞ்சுக் கலைஞர்களுக்குப் பிடித்தமான விஷயம். பெரும்பாலான ஃபிரான்ஸ் நகரங்களில் மிகச் சிறிய உணவகங்களில்கூடச் சிறப்பான இசையைக் கேட்கமுடியும். பாடல் வரிகளும் இசையுமாகச் சேர்ந்து காதலர்களை இன்னும் உருகச் செய்துவிடும்.

இசையைப்போலவே ஃபிரெஞ்சுக் காதலர்களுக்குக் கலை ஆர்வமும் நிறைய. உலகின் மிகப் பெரிய அருங்காட்சியகம் இங்குதான் இருக்கிறது. லியனார்டோ டாவின்சியின் புகழ் பெற்ற 'மோனலிசா' ஓவியம் உள்பட ஏராளமான கலைப் படைப்புகளைக் காதலர்கள் நேரில் பார்த்து ரசிக்கிறார்கள்.

கலை அம்சங்களை ரசிப்பதற்கு நாம் அருங்காட்சியகங்களுக்குச் செல்லவேண்டிய தேவைகூட இல்லை, எளிய விடுதி அறைகள்,

உணவகங்களையும் எழிலான ஓவியங்கள், கலைப் பொருள்களால் அழகுபடுத்துவதுதான் ஃபிரெஞ்சு மரபு.

ஃபிரான்ஸில் காதலர்கள் மிகவும் ரசிக்கிற இன்னொரு விஷயம், பயணம். இயற்கை அழகு கொஞ்சும் இந்த நாட்டைச் சொந்த வண்டியிலோ, ரயில், பேருந்து போன்ற பொதுப் போக்குவரத்தின்மூலமாகவோ சுற்றி வருவது வேறெங்கும் கிடைக்காத அரிய அனுபவம்.

நிறைவாக, மிக முக்கியமான விஷயம், சாக்லெட்கள்!

உலகம்முழுவதும் காதலர்களின் மொழி மாறலாம், பண்பாடு மாறலாம், வயது மாறலாம், இனம் மாறலாம், ஆனால் அவர்கள் தங்களுக்குள் சாக்லெட் பரிமாறிக்கொள்வதுமட்டும் மாறுவதே இல்லை. அன்றுமுதல் இன்றுவரை சாக்லெட்தான் உண்மையான காதல் சின்னம்!

இந்த இனிப்பான காதல் பழக்கத்தைத் தொடங்கிவைத்த ஃபிரான்ஸ்தான் உலக அளவில் மிக முக்கியமான 'சாக்லெட் நாடாக' அறியப்படுகிறது. எல்லா நாட்டுக் காதலர்களும் தங்களுடைய காதலிகளை அசத்தவேண்டுமென்றால் ஃபிரெஞ்சுச் சாக்லெட்களைதான் நாடுகிறார்கள்.

இன்னும் ஃபிரெஞ்சு உணவு வகைகள், மது பானங்கள், இலக்கியச் சூழல் என நிறைய எடுத்துக்காட்டுகளைச் சொல்லிக்கொண்டே போகலாம். ஃபிரான்ஸுடன் தொடர்புடைய அனைத்தும் காதல் சின்னங்களாக அறியப்படும் அளவுக்கு அந்நாடு உலகக் காதல் தலைநகரமாகத் திகழ்கிறது.

'காதல் என்பது எதுவரையில்? கல்யாணக் காலம் வரும்வரையில்!' என்று நம் ஊரில் ஒரு பழைய பாடல் உண்டு. ஃபிரான்ஸ்போன்ற ஒரு காதல் நாட்டுச் சூழலில் இதெல்லாம் செல்லாது. அவர்களைப் பொறுத்தவரை காதல் என்பது முற்றுப்புள்ளி இல்லாத நீண்ட சொற்றொடர்.

ஆகவே, ஃபிரெஞ்சுக் காதலர்கள் திருமணத்துடன் காதலை மூடிவைத்துவிடுவதில்லை, அதன்பிறகுதான் ஒருவர்மீது மற்றவர் இன்னும் கூடுதலாக அன்பு செலுத்துகிறார்கள். அதற்கான ஓர் அழகிய நேசத் தளத்தை அந்தச் சமூகமே உருவாக்கித் தருகிறது.

ஃபிரெஞ்சுக் காதல் சூழ்நிலை வேறெங்கும் காணமுடியாதது. அங்கேயே வாழ்கிறவர்களைமட்டுமின்றி, ஒரு நாள், இரண்டு நாள் பயணமாக எட்டிப் பார்க்கிறவர்களைக்கூட வாழ்நாள்முழுவதும் காதல் விரும்பிகளாக மாற்றிவிடக்கூடியது.

அன்பு நிறைய நிறையத் தேவைப்படுகிற காலகட்டம் இது. ஃபிரான்ஸின் சேவை தொடரட்டும்!

★★★

8. சுவீடன் : மகளிருக்குப் பெருமதிப்பு

வேலையா? அல்லது, குழந்தையா?

உலகத்தில் எந்த ஆணும் இப்படி ஒரு குழப்பத்துக்கு ஆளானதாக வரலாறு கிடையாது. காலங்காலமாகப் பெண்களுக்குமட்டுமே விதிக்கப்பட்டிருக்கிற துன்பமான கேள்விகளில் ஒன்று இது.

இன்றைய நவீன தலைமுறையிலும்கூடக் குடும்பம், வேலை இந்த இரண்டில் ஏதேனும் ஒன்றைத்தான் ஒரு பெண் தேர்ந்தெடுக்கமுடியும் என்கிற நிலை தொடர்கிறது. வேலைதான் முதன்மையானது என்றால், அவர் தன் குடும்பத்தை விட்டுக்கொடுக்கவேண்டும், கணவர், குழந்தைகள்தான் முதன்மையானவர்கள் என்றால் வேலையை, பதவி உயர்வை, முன்னேற்றத்தை விட்டுக்கொடுக்கவேண்டும், இரண்டையும் சேர்த்துச் சமாளிப்பதற்கான வாய்ப்பு பெரும்பாலான பெண்களுக்குக் கிடைப்பதில்லை.

இந்த நிலைமையை முற்றிலுமாக மாற்றி அமைத்திருக்கிற ஒரு நாடு, சுவீடன். இங்கு மகளிருக்குத் தரப்படும் மதிப்பும் உரிமைகளும் வேறு எந்த உலக நாட்டிலும் காணமுடியாதவை.

அதற்கு ஒரு சிறிய எடுத்துக்காட்டுதான் இந்த 'வேலையா, குழந்தையா' என்கிற கேள்வி. சுவீடனில் எந்தப் பெண்ணும் இப்படி ஒரு குழப்பத்தைச் சந்திக்கக்கூடாது என்பதற்காகவே

அந்நாட்டு அரசாங்கம் மிக அக்கறையான பல சட்டங்களை உருவாக்கியிருக்கிறது.

சுவீடனில் வேலை பார்க்கும் ஒரு பெண் கர்ப்பமாகிறார் என்றால், அவருக்கு வாரக்கணக்கில் இல்லை, மாதக்கணக்கில் சம்பளத்துடன் விடுமுறை தருகிறார்கள். அதுவும் மூன்று மாதம், நான்கு மாதம் இல்லை, ஓராண்டையும் தாண்டிப் பதின்மூன்று மாதங்கள்.

இந்தப் பதின்மூன்று மாதங்களும், அந்தப் பெண் முன்பு பார்த்துக்கொண்டிருந்த வேலை அவருக்காகக் காத்திருக்கும். சட்டப்படி அவருடைய நிறுவனத்தினர் அந்த வேலையை இன்னொருவருக்குத் தரமுடியாது.

அதுமட்டுமில்லை, பதின்மூன்று மாதங்கள் கழித்தும் அந்தப் பெண் தன்னுடைய குழந்தையைப் பார்த்துக்கொள்வதற்காகக் கணிசமான நேரத்தைச் செலவிடவேண்டியிருக்கலாம். இதற்காக அடுத்த எட்டு ஆண்டுகள் அவருடைய பணி நேரத்தில் 25 சதவிகிதச் சலுகை அளிக்கிறது சுவீடன் அரசாங்கம்.

அதாவது, ஒவ்வொரு குழந்தையும் வளர்ந்து எட்டு வயதை நிறைவு செய்கிறவரையில் அதன் தாய் ஒரு நாளைக்கு 8 மணி நேரம் வேலை செய்யவேண்டியதில்லை, காலையில் ஒரு மணி நேரம் தாமதமாக அலுவலகத்துக்கு வரலாம், மாலை ஒரு மணி நேரம் முன்னதாகவே வீட்டுக்குப் போய்விடலாம்.

இதில் இன்னும் சிறப்பு என்னவென்றால், இந்தச் சலுகைகள் அனைத்தும் ஆண்களுக்கும் உண்டு. இதனால், சுவீடன் நாட்டுத் தாய்மார்கள்மட்டுமில்லை, தந்தைகளும் ஒரு நாளைக்கு 2 மணி நேரம்வரை வீட்டில் இருந்து குழந்தைகளைப் பார்த்துக் கொள்கிறார்கள்.

இந்த வசதி போதாத கணவன், மனைவியருக்காகச் சுவீடன் அரசாங்கம் நாடுமுழுவதும் குழந்தைகளுக்கான பராமரிப்பு இல்லங்களைக் கட்டிவைத்திருக்கிறது. இவற்றுக்கான கட்டணம் மிக மிகக் குறைவு என்பதால் ஏழை, எளிய மக்கள்கூட இந்த வசதியைப் பயன்படுத்திக்கொள்ளமுடியும்.

இதனால், வேலை பார்க்கும் சுவீடன் பெண்கள் தங்களுடைய பிள்ளைகளை யார் கவனித்துக்கொள்வார்களோ என்று

கவலைப்படுவதில்லை. அரசாங்கக் காப்பகங்களில் குழந்தைகளை ஒப்படைத்துவிட்டால் அக்கறையோடு கூடிய பராமரிப்பு, ஊட்டச்சத்து நிறைந்த மதியச் சாப்பாடு என்று எல்லாம் அவர்களே பார்த்துக்கொள்கிறார்கள், மாலை அலுவலக நேரம் முடிந்தபிறகு தாய்மார்கள் குழந்தைகளை அழைத்துக்கொண்டு வீடு திரும்பவேண்டியதுதான்.

இப்படி அரசாங்கம் நிறைய வசதிகளைச் செய்து கொடுத்திருப்பதால், 'வேலைக்குப் போகலாமா, வேண்டாமா' என்று தயங்கும் பெண்கள் இங்கே குறைவு. சுவீடனில் நூற்றுக்கு இரண்டு மனைவிகள்தான் முழு நேர இல்லத்தரசிகளாக இருக்கிறார்கள், மற்ற எல்லாரும், அதாவது, 18 வயதுமுதல் அறுபதைத் தாண்டிய பெண்கள்கூட மகிழ்ச்சியாக வேலைக்குப் போகிறார்கள், தங்களுடைய முழுத் திறமையையும் காண்பித்து உழைக்கிறார்கள், முன்னேறுகிறார்கள்.

அலுவலகங்கள், தொழிற்சாலைகள், பள்ளிகள், வங்கிகள், மருத்துவமனைகள் என்று பெண்கள் எங்கு வேலை பார்த்தாலும் ஆண்களுக்கு இணையாக மதிக்கப்படுகிறார்கள். எந்தவிதமான வேலையிலும் ஆண், பெண் வேறுபாடு பார்க்கக்கூடாது என்று சுவீடன் அரசு கண்டிப்பான உத்தரவு போட்டிருக்கிறது.

உத்தரவெல்லாம் சரி, மக்கள் அதை மதித்து நடக்கவேண்டுமே!

இதை உறுதி செய்வதற்காகவே சுவீடன் அரசாங்கத்தில் ஒரு தனி அமைச்சகம் இருக்கிறது. அரசு அமைப்புகளிலும் சரி, தனியார் நிறுவனங்களிலும் சரி, ஒருவர் பெண் என்கிற ஒரே காரணத்தால் அவரை யாரும் ஒதுக்கிவிடாதபடி, அவருடன் பணியாற்றும் ஆண் ஊழியர்களுக்கு இணையாக அவருக்கு எல்லா வாய்ப்புகளும் கிடைக்கும்படி பார்த்துக்கொள்கிறார்கள். இதனை மீறுகிறவர்களுக்கு, 'இந்த வேலையையெல்லாம் ஆண்களால்தான் செய்யமுடியும்' என்று அடாவடியாகப் பேசக்கூடிய தனி நபர்கள், நிறுவனங்களுக்குக் கடும் தண்டனை உண்டு.

ஆனால், சுவீடன் அரசாங்கத்துக்குப் பெண்கள்மீது அப்படி என்ன அக்கறை?

ஏனெனில், அங்கு அரசாங்கத்தில் பெண்களும் பெரிய அளவில் பங்கேற்கிறார்கள். சுவீடன் அளவுக்கு அரசியலில் பெண்களுடைய பங்களிப்பை உலகத்தில் வேறு எங்கும் பார்க்க

இயலாது. அரசுப் பணிகள், பெரிய பதவிகள் எல்லாவற்றிலும் ஆண்களுக்கு இணையான எண்ணிக்கையில் பெண்களும் இடம் பிடித்திருக்கிறார்கள்.

நம் ஊர்ப் பாராளுமன்றம், சட்டமன்றங்களில் பெண்களுக்கு 33% ஒதுக்கீடு பெறுவதற்கே நாம் இன்னும் முட்டி மோதிக் கொண்டிருக்கிறோம். பரந்த மனப்பான்மை, முற்போக்குச் சிந்தனை கொண்ட நாடான அமெரிக்காவில்கூடப் பெண் அரசியல்வாதிகள், செனட் உறுப்பினர்கள், அமைச்சர்கள் குறைவு.

ஆனால் சுவீடனில், யாரும் கேட்காமலே பெண்களுக்கு 50% ஒதுக்கீடு கொடுத்திருக்கிறார்கள். அந்நாட்டுப் பாராளுமன்ற உறுப்பினர்களிலும் சரி, அமைச்சர்களிலும் சரி, பாதிக்குப் பாதிப் பெண்கள்தான்.

இதனால்தான் பெண்களுக்கு ஆதரவான, அவர்களுடைய தனிப்பட்ட முன்னேற்றத்துக்கு உதவக்கூடிய பல்வேறு சட்டங்களைத் தொடர்ந்து நிறைவேற்றிவருகிறது சுவீடன் அரசாங்கம். இந்த விஷயத்தில் மற்ற உலக நாடுகளைவிட அவர்கள் பல படி முன்னால் இருக்கிறார்கள்.

அரசாங்கம்மட்டுமில்லை, சுவீடன் நாட்டுக் குடிமக்கள் எல்லாருமே மிகச் சிறிய வயதிலிருந்து தங்களுடைய பெண் குழந்தைகளைத் தன்னம்பிக்கையோடு வளர்க்கிறார்கள். வெறுமனே பளபளா பொம்மைகள், அழகுப் பொருட்கள், வண்ண உடைகள் போன்றவற்றில்மட்டும் அவர்களுக்கு ஆர்வம் ஊட்டாமல் எல்லாவிதமான விஷயங்களையும் சொல்லிக்கொடுத்து ஊக்குவிக்கிறார்கள்.

சுவீடன் பள்ளிகள், கல்லூரிகள் வெறுமனே புத்தகப் பாடத்துடன் நின்றுவிடுவதில்லை. சமையல் கலை, தையல் வேலை, மரத்தைச் செதுக்குவது, இழைப்பது, உலோகத்தைச் சூடுபடுத்தி அடித்து வெவ்வேறு பொருள்களாகச் செய்வது என்று பலவிதமான தொழிற்பயிற்சிகள் அங்கு அளிக்கப்படுகின்றன. இவற்றை ஆண், பெண் என்று பிரிக்காமல், எல்லாருக்கும் எல்லாப் பயிற்சிகளும் தரப்படுவதுதான் இன்னும் சிறப்பு.

நம் ஊரைப்போலவே அங்கும் ஆண்களைவிடப் பெண்கள்தான் ஆர்வத்துடன் படிக்கிறார்கள், நிறைய மதிப்பெண் வாங்குகிறார்கள்,

மேற்படிப்புக்குப் போகிறார்கள். சுவீடன் கல்லூரிகளில் ஆண்களைவிடப் பெண்கள்தான் கூடுதல் எண்ணிக்கையில் படிக்கிறார்கள்.

இப்படிக் கஷ்டப்பட்டுப் படிக்கிற பெண்கள் கடைசியில் வீட்டுச் சமையலறையிலோ, குழந்தைகளைப் பராமரிப்பதிலோ தங்களுடைய திறமையை வீணடித்துவிட்டால் யாருக்கு இழப்பு? அப்படி ஒரு நிலை ஏற்பட்டுவிடக்கூடாது என்பதற்காகத்தான் உழைக்கும் மகளிருக்கு இதுபோன்ற ஏராளமான சலுகைகளைச் செய்து கொடுத்து ஊக்குவிக்கிறது சுவீடன் சமூகம்.

சமீபத்தில், உலக அளவில் மகளிரின் நிலை என்ன என்பதுபற்றி உலகப் பொருளாதாரக் கூட்டமைப்பு ஓர் ஆய்வை நிகழ்த்தியது. இந்த ஆராய்ச்சியில் 'எல்லாவிதத்திலும் மகளிருக்கு அதிக மதிப்பைத் தரும் நாடு' என்கிற பெருமையை சுவீடன் பெற்றிருக்கிறது.

சுவீடன் பெண்கள் தொடாத துறைகளே இல்லை. ராணுவம், காவல்துறை போன்ற பாதுகாப்புப் பணிகளில் தொடங்கி, மத குருமார் பதவிகள்வரை அனைத்திலும் அவர்கள் தங்களுடைய முத்திரையைப் பதித்திருக்கிறார்கள். பெற்றோர் அல்லது கணவரின் ஆதரவில் வாழாமல் முழுமையான பொருளாதார வலிமையுடன் சொந்தக் காலில் நிற்பதைப் பெருமையாக நினைக்கிறவர்கள் இவர்கள்.

இதனால், சுவீடன் சமூகத்தில் கணவர்தான் பணம் சம்பாதிப்பார், மனைவி அவருக்கு அடங்கியிருக்கவேண்டும் என்பதுபோன்ற ஏற்றத்தாழ்வு எண்ணங்கள் இல்லை. பெரும்பாலான வீடுகளில் கணவனும் மனைவியும் எல்லா வீட்டுச் செலவுகளையும் சமமாகப் பகிர்ந்துகொண்டு செய்கிறார்கள்.

செலவுகள்மட்டுமில்லை, சுவீடன் கணவர்கள் வீட்டு வேலைகளையும் தங்களுடைய மனைவிகளுடன் பகிர்ந்துகொள்கிறார்கள். ஒருநாளைக்குச் சராசரியாக மூன்று மணி நேரம்வரை ஆண்களும் எல்லாவிதமான வீட்டு வேலைகளையும் செய்கிறார்கள். அந்த ஊரில் இதை யாரும் இழிவாக நினைப்பதில்லை, கேலி செய்வதில்லை.

இன்னொரு சிறப்பு, பெரும்பாலான சுவீடன் ஆண்கள் குழந்தை வளர்ப்பிலும் ஆசையோடு பங்கேற்கிறார்கள், குழந்தைக்காக

வேலையை விட்டுவிட்டு வீட்டில் உட்காரும் தந்தைகள்கூட இங்கு உண்டு.

இதனால், பெண்கள் அலுவலக வேலை, வீட்டு வேலை, குழந்தைகள் என்கிற மும்முனைத் தாக்குதலில் சிக்கிக்கொள்ளாமல் தங்களுடைய மற்ற விருப்பங்களுக்கு நேரம் ஒதுக்கமுடிகிறது, மனத்துக்குப் பிடித்த விஷயங்களைச் செய்துகொண்டு மகிழ்ச்சியாக வாழமுடிகிறது.

அதே நேரம், சுவீடன் பெண்களுக்கு எந்தப் பிரச்னையும் இல்லை என்று சொல்வதற்கில்லை. பெரும்பாலான வேலைகளில் ஆண்களைவிடப் பெண்களுக்குச் சம்பளம் குறைவு, மனைவிகளைக் கொடுமைப்படுத்தும் கணவர்கள் அங்கும் இருக்கிறார்கள்.

இதுபோன்ற அடக்குமுறைகளைச் சமாளிப்பதற்காகவும் சுவீடன் பல சட்டங்களை இயற்றியிருக்கிறது. குறிப்பாக, பெண்கள் உடலை விற்றுப் பிழைக்கும் விபச்சாரத் தொழிலுக்குத் தள்ளப்படுவதைத் தடுக்கும் இந்நாட்டுச் சட்டம் உலக அளவில் புகழ் பெற்றது.

பொதுவாக, எல்லா நாடுகளிலும் விபசாரத்தில் ஈடுபடுகிற ஆண், பெண் இருவருக்கும் தண்டனை உண்டு. சில சமயங்களில் ஆண்கள்கூடத் தப்பிவிடுவார்கள். ஆனால் அந்தப் பெண்களைப் புகைப்படம் எடுத்து அச்சிட்டு 'அழகி'ப் பட்டம் கொடுத்து இழிவுபடுத்துவார்கள்.

சுவீடன் மக்கள் இந்த இரட்டை நிலையை ஏற்பதில்லை. 'எந்தப் பெண்ணும் இந்தத் தொழிலுக்கு விரும்பி வருவதில்லை, ஆண்கள் தங்களுடைய சிற்றின்பத்துக்காகப் பெண்களை விபசாரத்தில் தள்ளுகிறார்கள். இதுவும் பெண்கள்மீது சுமத்தப்படும் வன்முறைதான்' என்று அழுத்தமாகச் சொல்கிறார்கள் அவர்கள்.

இதனால், சுவீடன் நாட்டில் யாரேனும் விபசாரக் குற்றத்துக்காகப் பிடிபட்டால் ஆணுக்குத்தான் கடுமையான தண்டனை விதிக்கப்படும். பெண்மீது எந்த நடவடிக்கையும் எடுக்கப்படுவதில்லை.

அதுமட்டுமில்லை. 'விபச்சாரத்தில் ஈடுபட்டவர்' என்று அந்தப் பெண்ணை ஒதுக்காமல் அவருடைய நல்வாழ்வுக்கான பல ஏற்பாடுகளையும் செய்கிறது சுவீடன். இதுபோன்ற சிக்கல்களில்

மாட்டிக்கொண்ட பெண்களுக்கு அறிவுரை சொல்லி, அவர்கள் கண்ணியமாக உழைத்துப் பிழைப்பதற்கான வாய்ப்புகளையும் உருவாக்கித் தருகிறார்கள்.

பெரும்பாலான உலக நாடுகளில் விளையாட்டு, சினிமா போன்ற பொதுமக்கள் விரும்பிப் பார்க்கும் துறைகளை எடுத்துக்கொண்டால், பெண்களைவிட ஆண்கள்தான் கூடுதலாகச் சம்பாதிப்பார்கள், அவர்களுக்குத்தான் பெரிய ரசிகர் வட்டம், மக்களின் வரவேற்பு இருக்கும்.

இந்த விஷயத்திலும் சுவீடன் வேறுபட்டு நிற்கிறது. இங்கு மக்களின் பேராதரவைப் பெற்ற 'சூப்பர் ஸ்டார்' ஆளுமைகள் யார் என்று பார்த்தால், எல்லாம் பெண்கள்தான். கலைத்துறை, விளையாட்டு, இதழியல் என்று எங்கும், எதிலும் மகளிர் ஆட்சிதான்.

பெண்களால் ஒருசில வேலைகளைத்தான் செய்யமுடியும், அதுவும் சிறிது காலம்தான் செய்யமுடியும், அதன்பிறகு அவர்கள் குடும்பத்தைக் கவனித்துக்கொள்ளமட்டுமே தகுதியானவர்கள் என்கிற பிற்போக்கான கருத்து இன்றைக்கும் உலகம்முழுக்க இருக்கிறது. அப்படி நினைக்கிறவர்கள் எல்லார் முகத்திலும் அறைவதுபோல், சுவீடன் பெண்கள் பெருமையுடன் வாழ்ந்து காட்டிக்கொண்டிருக்கிறார்கள்!

★★★

9. தாய்லாந்து: கொண்டாட்டம்

காலை நேரம். உங்களுக்குச் செம பசி. எதிரிலுள்ள ஓர் உணவகத்துக்குள் நுழைகிறீர்கள், 'முறுகலா ஒரு மசால் தோசை' என்று ஆவலுடன் கட்டளையிடுகிறீர்கள்.

ஐந்து நிமிடம் கழித்து, நீங்கள் கேட்ட மசால் தோசை உங்கள் மேசைக்கே வருகிறது. அதுவும் வழக்கம்போல் வரவில்லை, பறந்து வருகிறது!

மசால் தோசை எப்படிப் பறக்கும்?

உள்ளே சமையலறையில் மசால் தோசை சுட்டவர் அதை நன்றாகச் சுருட்டிப் போட்டு ஒரு தட்டில் வைத்து வீசுகிறார். அதை அழகாகப் பாய்ந்து பிடித்த இன்னொரு பணியாளர் அதை அப்படியே உங்கள் மேசையை நோக்கி வீசுகிறார். இங்கு நிற்கும் பரிமாறுபவர் அதைச் சட்டென்று பிடித்து உங்களுக்குப் பணிவுடன் வழங்குகிறார்.

ஆனால், இப்போது உங்களுக்குப் பசி போய்விட்டது. ஒருபக்கம் வியப்பு, இன்னொருபக்கம் மகிழ்ச்சி, 'இது ரொம்பப் புதுமையான உணவகமாக இருக்கிறதே' என்று அக்கம்பக்கம் பார்க்கிறீர்கள், இட்லி, வடை, ஊத்தப்பம், சப்பாத்தி, பூரி என்று விதவிதமான உணவுப் பண்டங்கள் அங்குமிங்கும் பறந்து பறந்து போய்க்கொண்டிருக்கின்றன. அவற்றைச் சமைக்கிறவர்கள், வீசுகிறவர்கள், கச்சிதமாகக் கையில் பிடிக்கிறவர்கள்,

பரிமாறுகிறவர்கள், சாப்பிடுகிறவர்கள் என்று எல்லார் முகத்திலும் மகிழ்ச்சி, துள்ளல், பொங்கும் சிரிப்பு.

வழக்கமாக உணவகங்களில் வேலை செய்வது மிகவும் சலிப்பான வேலை. நாள்முழுக்க ஒரேமாதிரி உணவுப் பொருள்களைச் சமைக்கவேண்டும், பார்த்துப் பார்த்துப் பரிமாறவேண்டும், சட்னி, சாம்பார் போடவேண்டும், ஒவ்வொருவரும் எவ்வளவு சாப்பிட்டார்கள் என்று கணக்கிட்டுத் தவறில்லாமல் பில் கொடுக்கவேண்டும், வாடிக்கையாளர் ஏதாவது எரிச்சலாகித் திட்டினால் பொறுத்துக்கொள்ளவேண்டும், நம்மீது தவறு இல்லையென்றாலும் மன்னிப்பு கேட்கவேண்டும், இதைவிடச் சலிப்பூட்டும் ஒரு வேலை இருக்கவே முடியாது.

ஆனால், அந்தச் சலிப்பான வேலையையும் சிலர் தங்களுடைய கொண்டாட்ட மனநிலையின்மூலம் ஒரு மகிழ்ச்சித் திருவிழாவாக மாற்றிக்கொண்டுவிட்டால்? அதன்பிறகு யாருக்கும் சலிப்பு வராது, சோர்வாகத் தோன்றாது, எங்கும், எதிலும் மகிழ்ச்சிதான்.

'புன்னகை நாடு' என்று செல்லமாக அழைக்கப்படும் தாய்லாந்தின் முதன்மையான அடையாளமே இந்தக் கொண்டாட்ட மனநிலைதான். அங்குள்ள உணவகங்களில், அலுவலகங்களில், வங்கிகளில், தொழிற்சாலைகளில், பள்ளி, கல்லூரிகளில், சுற்றுலாத் தலங்களில், ஏன் தெருவோரப் பெட்டிக்கடைகள், தள்ளுவண்டிகளில்கூட இந்தத் துள்ளலை, மகிழ்ச்சியான மனநிலையை நாம் பார்க்கமுடியும்.

வாழ்க்கை என்பது இன்பம், துன்பம் இரண்டும் சேர்ந்ததுதான். நேற்றைக்கு வந்த துன்பத்தையோ, நாளைக்கு வரப்போகும் கஷ்டத்தையோ நினைத்து வருந்திக்கொண்டிருக்காமல் இந்த நிமிடத்தை இந்த விநாடியை மகிழ்ச்சியாக அனுபவிப்போம் என்பதுதான் தாய்லாந்து மக்களின் நம்பிக்கை. இந்தக் கொண்டாட்ட மனநிலைக்கு அவர்கள் மொழியில் ஒரு பெயர் உண்டு: 'சானுக்'!

தாய்லாந்தில் ஒரு பையன் முதல் நாள் பள்ளிக்குச் செல்கிறான், அல்லது, முதன்முறையாக வேலைக்குப் போகிறான். மாலை அவன் திரும்பி வந்ததும் வீட்டில் உள்ளவர்கள் என்ன கேட்பார்கள் தெரியுமா?

'பள்ளிக்கூடம் நல்லா இருந்ததா? ஆசிரியர் நல்லாப் பாடம் சொல்லிக் கொடுத்தாங்களா? நீ ஒழுங்காப் படிச்சியா? எல்லாரும் உன்னைப் பார்த்துப் பாராட்டினாங்களா?'

அதையெல்லாம் கேட்பார்கள்தான். ஆனால், அவை எல்லாம் இரண்டாம்பட்சம். அதற்கெல்லாம் முன்னதாக, இந்தப் பள்ளி, அல்லது கல்லூரி, அல்லது வேலை உனக்குப் பிடித்திருக்கிறதா? மகிழ்ச்சியான, கொண்டாட்டமான, துள்ளல் பொங்கும் ஒரு சூழ்நிலை அங்கே இருக்கிறதா? அதுதான் அவர்களுக்கு முதன்மையான எதிர்பார்ப்பு!

தாய்லாந்துச் சமூகத்தின் வலுவான தூண்களில் ஒன்று, சானுக். எங்கும், எதிலும் மகிழ்ச்சியைக் காணவேண்டும், எதையும் ஊக்கத்துடன் ஊன்றிச் செய்யவேண்டும் என்பதுதான் அந்நாட்டு மக்களின் அடிப்படை மனநிலை.

நம் ஊரிலும் சானுக் உண்டு. கிராமப்புறங்களில் வயல் வேலை செய்கிறவர்கள் அலுப்புத் தெரியாமல் இருப்பதற்காகச் சத்தமாகப் பாட்டுப் பாடுவார்கள், 'எசப்பாட்டு'ப் படிப்பார்கள், அக்கம்பக்கத்துக் கிசுகிசுக்கள் சூடாக, சுவையாகப் பரிமாறப்படும், அடுத்தவர்களை வேண்டுமென்றே கிண்டல், கேலி செய்து வம்புக்கு இழுப்பார்கள்.

இதையெல்லாம் அந்த வயலுக்குச் சொந்தக்காரர் கண்டுகொள்ள மாட்டார். ஏனெனில், அவர்கள் இப்படிச் சிரித்துப் பேசிக்கொள்வதன்மூலம் வேலை இன்னும் சுறுசுறுப்பாக நடக்கும் என்று அவருக்கு நன்றாகத் தெரியும்.

தாய்லாந்திலும் கிட்டத்தட்ட இதேதான் நடக்கிறது. ஆனால் நம் ஊரில் வயல்வெளிகள், படகோட்டுதல், வேறு சில குழு வேலைகளோடு நின்றுவிடுகிற கொண்டாட்ட மனநிலையை அவர்கள் நாடுமுழுக்கப் பரப்பிவைத்திருக்கிறார்கள். எந்த வேலையிலும் ஓர் ஊக்கம் நிறைந்த சூழலை உருவாக்கிவிடவேண்டும், பணிபுரிகிறவர்கள், வாடிக்கையாளர்கள், பார்வையாளர்கள் முகத்தில் பெரிய சிரிப்பைக் கொண்டுவரவேண்டும் என்பதற்காக மெனக்கெடுகிறார்கள்.

எடுத்துக்காட்டாக, ஒருவர் கழிப்பறையைக் கழுவுகிற வேலை பார்க்கிறார். மோசமான நாற்றத்தைப் பொறுத்துக்கொண்டு

ஒவ்வோர் இண்டு இடுக்கையும் பார்த்துப் பார்த்துத் துடைத்துத் தூய்மைப்படுத்துகிறார் அவர். நாள்முழுக்கத் திரும்பத் திரும்ப இதே வேலையைச் செய்துகொண்டிருந்தால் அவருக்குச் சலிப்பாக இருக்காதா?

கண்டிப்பாகச் சலிப்பு வரும்தான். அதைத் தவிர்ப்பதற்கு அவர் சானுக்கைப் பயன்படுத்துகிறார். தரையைத் தேய்த்துக் கழுவும்போது ஒரு மகிழ்ச்சியான பாட்டு, பிரஷ்ஷை இடக்கையிலிருந்து வலக்கைக்கு மாற்றுவதற்கு ஒரு துடிப்பான ஸ்டைல், கழிப்பறைச் சுவரைத் தூய்மைப்படுத்துவதற்குப் பிரஷ்ஷைக் கையில் பிடிக்காமல் முதுகில் வைத்து ஆடியபடி தேய்ப்பது, திடீரென்று எல்லாப் பொருள்களையும் கீழே போட்டுவிட்டு அரை நிமிடம் ஆட்டம் போடுவது, எகிறிக் குதிப்பது, பிறகு மறுபடி பிரஷ்ஷை எடுத்துக்கொண்டு பாட்டுப் பாடியபடி வேலையைத் தொடர்வது.

'இதையெல்லாம் சொற்களில் விளக்க இயலாது. தாய்லாந்து சானுக் நேருக்கு நேர் பார்த்து அனுபவிக்கவேண்டிய ஒரு விஷயம்' என்கிறார்கள் அங்கு சென்றுவந்த வெளிநாட்டுச் சுற்றுப்பயணிகள், 'சாதாரண வீடு பெருக்கும் வேலையில் தொடங்கி ராக்கெட் அறிவியல்வரை எல்லாப் பணிகளிலும் ஒரு சின்னக் கலாட்டா, விளையாட்டு, மகிழ்ச்சியை நுழைத்து அதனைச் சுவையாக்கிக்கொள்வது தாய்லாந்து மக்களின் இயல்பு.'

அதற்காகத் தாய்லாந்துக்காரர்கள் ஒழுங்காக வேலை பார்க்க மாட்டார்கள், கிண்டல், கேலி என்று வெட்டிப் பொழுது போக்குவார்கள் என்று நினைத்துவிடாதீர்கள். இத்தனைத் துள்ளலுக்கு நடுவிலும் வேலையில் ஒரு சின்னக் குறை வைக்கமாட்டார்கள். உண்மையில் 'சானுக்' என்பது அவர்கள் நன்றாக வேலை பார்ப்பதற்காகப் போட்டுக்கொள்கிற நல்ல ஊக்க மருந்தைப்போல!

ஒருவேளை, அந்த வேலையில் மகிழ்ச்சியான விஷயம் எதுவும் சிக்காவிட்டால்? துள்ளலான பணிச்சூழல் இல்லாவிட்டால்?

அதன்பிறகு, தாய்லாந்து மக்கள் அங்கு ஒரு நிமிடம்கூடத் தொடரமாட்டார்கள், 'இந்த வேலையில் சானுக் இல்லை. ஆகவே நான் விலகிக்கொள்கிறேன்' என்று கடிதம் எழுதிக் கொடுத்துவிட்டு வெளியேறிவிடுவார்கள்.

உலகமெங்கும், 'சம்பளம் போதவில்லை', 'வேலை கஷ்டமாக இருக்கிறது', 'என் வீட்டிலிருந்து அலுவலகம் மிகத் தொலைவில் உள்ளது', 'அலுவலக உணவகத்தில் சாப்பாடு சரியில்லை' போன்ற காரணங்களுக்காகத்தான் மக்கள் வேலையை விடுவார்கள். ஆனால் தாய்லாந்தில்மட்டும்தான் 'சானுக் இல்லை' என்பதற்காகவே வேலையைத் துறக்கிறவர்கள் நிறைய பேர். இலட்ச ரூபாய் சம்பளம் கொடுத்தாலும் சானுக் இல்லாத ஒரு வேலையைச் செய்யமுடியாது என்பதில் அவர்கள் மிக உறுதியாக இருக்கிறார்கள்.

தாய்லாந்தில் நிறையச் சுற்றுலாத் தலங்கள் உண்டு. அங்கெல்லாம் வெளிநாட்டுக்காரர்களுக்கு இணையாக உள்ளூர் மக்களையும் பெரும் எண்ணிக்கையில் பார்க்கமுடியும். குடும்பத்துடன் அவ்வப்போது சுற்றுலா செல்வது, எல்லாரும் ஒன்றாகப் பேசி, விளையாடி, ஒரே தட்டில் சாப்பிட்டு, மகிழ்ச்சியாக நேரம் செலவிடுவது போன்றவற்றை அவர்கள் மிகவும் முதன்மையாகக் கருதுகிறார்கள்.

இதனால், மிகச் சிறிய வயதிலிருந்தே தாய்லாந்துக் குழந்தைகள் மற்றவர்களுடன் பேசுவதற்கும் கலகலப்பாகப் பழகுவதற்கும் வெட்கப்படுவதில்லை. அனைவருடனும் சேர்ந்து விளையாடுவது, நகைச்சுவைக் கதைகள் பேசுவது, புதிர்ப் போட்டிகள் நடத்துவது என்று அப்போதே சானுக்கிற்குப் பழகிவிடுகிறார்கள். தாய்லாந்துப் பள்ளிகளிலும் இந்த மனநிலை நன்றாக ஊக்குவிக்கப்படுகிறது.

'இந்த நாட்டில் நீங்கள் எந்தப் பள்ளி, கல்லூரி வகுப்புக்குள் நுழைந்தாலும் சரி, கலகலப்பான சிரிப்புச் சத்தத்தைக் கேட்கலாம்' என்கிறார் தாய்லாந்தில் ஆசிரியப் பணிபுரியும் ராச்சல் ப்ரைஸ், 'பிள்ளைகளைக் கை கட்டி, வாய் பொத்தி உட்காரவைத்துப் பாடம் சொல்லித்தருவதெல்லாம் இந்த ஊரில் சரிப்படாது. பாடம் நடத்துவதில்கூட நிறையச் 'சானுக்'கைக் கலந்தால்தான் பிள்ளைகள் ஆர்வத்துடன் பங்குபெறுவார்கள், மகிழ்ச்சியாகப் படிப்பார்கள், விரைவில் கற்றுக்கொள்வார்கள்.'

இதனால், தாய்லாந்து ஆசிரியர்கள் வெறுமனே கரும்பலகையில் எழுதிப் பாடம் நடத்துவதுடன் நிறுத்திவிடுவதில்லை. அவ்வப்போது சின்னச் சின்னப் போட்டிகள் நடத்துவது, புதுமையான புதிர்கள் போடுவது, குழந்தைகளை வேண்டுமென்றே இடம் மாற்றி உட்காரச்சொல்வது, ஒவ்வொருவருக்கும் விதவிதமான

செல்லப் பெயர்கள் சூட்டுவது, வகுப்பறையை வாரம் ஒருவிதமாக அழகுபடுத்துவது, வெளியில் இயற்கைச் சூழலில் பாடம் நடத்துவது என்று இந்த நாட்டு வகுப்பறைகள் பெரிய கொண்டாட்டத் தலங்களாகவே செயல்படுகின்றன.

இப்படி ஊக்கம் பொங்கும் சானுக் சூழலில் படிக்கிற தாய்லாந்துக் குழந்தைகள் இயல்பாகவே நிறைய நகைச்சுவை உணர்வுடன் வளர்கிறார்கள். இதனால், நண்பர்கள், உறவினர்கள், உடன் பணியாற்றுகிறவர்கள், புதியவர்கள், சுற்றுலாப் பயணிகள் என்று அவர்கள் யாருடன் பேசினாலும் பழகினாலும் அது 'சும்மா' உரையாடுவதாக இருக்காது. சுற்றியிருக்கிற அனைத்தையும் கூர்ந்து கவனித்து அவ்வப்போது நகைச்சுவைத் துணுக்குகளை வீசுவது, சிலேடை சொல்வது, திடீரென்று ஏதாவது புதுமையாகச் செய்து எல்லாரையும் சிரிக்கச் செய்வது என்று அவர்களுடைய ஊக்கம் அனைவருக்கும் தொற்றிக்கொண்டுவிடும்.

சானுக்கின் முக்கியமான ஓர் அம்சம், மகிழ்ச்சியை மற்றவர்களுடன் பகிர்ந்துகொள்வது. இரண்டு நண்பர்கள் ஒன்றாக உட்கார்ந்து பேசுவதைவிட நான்கு பேர், எட்டு பேர், பத்துப் பதினைந்து பேர் என்று நிறையக் கூட்டம் சேர்த்துக் கும்மாளம் அடிப்பதைத்தான் தாய்லாந்துக்காரர்கள் விரும்புகிறார்கள். இந்த விஷயத்தில் ஆண், பெண், இளைஞர்கள், நடுத்தர வயதினர், முதியவர்கள், ஏழைகள், பணக்காரர்கள் என்கிற வேறுபாடே கிடையாது. யாரும் எப்போதும் சிரிப்பை மறப்பதில்லை.

வழக்கமான நாள்களிலேயே இப்படியென்றால் தாய்லாந்துத் திருவிழாக்கள் எப்படி இருக்கும் என்று யோசித்துப் பாருங்கள். குறிப்பாக, தாய்லாந்தின் புத்தாண்டுக் கொண்டாட்டம் உலகப் புகழ் பெற்றது.

'சங்க்ரான்' என்று அழைக்கப்படும் இந்தப் புத்தாண்டுத் திருவிழாவின்போது தாய்லாந்து மக்கள் வாளி வாளியாகத் தண்ணீரை இறைத்து ஒருவர்மீது மற்றவர் வீசி மகிழ்கிறார்கள். இப்படி ஒரு நாள், இரண்டு நாள் இல்லை, பல இடங்களில் வாரம் முழுக்கத் தண்ணீர் ஊற்றும் கொண்டாட்டம் தொடர்கிறது.

ஆனால், நாள்தோறும் திருவிழா கொண்டாடிக் கொண்டிருக்க முடியுமா? ஒருவேளை, என்றைக்காவது நண்பர்கள், உறவினர்கள் யாரும் உடன் இல்லாமல் தனியாக இருக்க நேர்ந்தால்?

அப்போதும் தாய்லாந்து மக்கள் பெரிதாக அலட்டிக்கொள்வதில்லை. சட்டென்று தெருவில் இறங்கி, அக்கம்பக்கத்தில் மகிழ்ச்சியாக நேரம் செலவிட்டுக்கொண்டிருக்கிற ஏதேனும் ஒரு நண்பர் கூட்டத்துக்குள் புகுந்துவிடுவார்கள், தங்களைத் தாங்களே அறிமுகப்படுத்திக்கொண்டு அவர்களோடு இயல்பாகப் பழகத் தொடங்கிவிடுவார்கள்.

அதுவும் முடியாவிட்டால், தனிமையிலும் இனிமை காண வேண்டியதுதான். தொலைக்காட்சியில் ஏதேனும் ஒரு பாட்டைப் போட்டுவிட்டுக் கூடப் பாடியபடி ஆடுவார்கள், குளியலறை ஷவருக்குக் கீழ் குத்தாட்டம் போடுவார்கள், தங்களுடைய கேனத்தனமான ஆட்டத்தைத் தாங்களே கேலி செய்து சிரித்துக் கொள்வார்கள்.

மொத்தத்தில் எங்கும் எப்போதும் சிரிப்பொலி கேட்டபடி இருக்கவேண்டும், மகிழ்ச்சி அலைகள் பரவியபடி இருக்கவேண்டும். அதுதான் சானுக்!

இந்தக் கொண்டாட்ட மனநிலை சில விநாடிச் சிரிப்புடன் நின்றுவிடுவதில்லை. தாய்லாந்து மக்களுடைய வாழ்க்கையின் ஒவ்வோர் அம்சத்திலும் 'சானுக்'கின் அழுத்தமான தாக்கத்தைப் பார்க்கமுடியும்.

எடுத்துக்காட்டாக, தாய்லாந்தில் மிகவும் புகழ் பெற்ற இன்னொரு சொற்றொடர், 'மாய் பென் ராய்'. இதன் பொருள் 'எந்தச் சிக்கலும் இல்லை'!

எத்தனைப் பெரிய தொல்லை வந்தாலும் சரி, தாய்லாந்து மக்கள் பெரிதாக அலட்டிக்கொள்வதில்லை, உணர்ச்சிவயப்பட்டுத் துடிப்பதில்லை, 'மாய் பென் ராய்' என்று தோளைக் குலுக்கிவிட்டு, அடுத்து என்ன செய்யவேண்டும் என்பதைமட்டும் ஊக்கத்துடன் யோசிக்கத் தொடங்கிவிடுகிறார்கள்.

இதனால், தேவையில்லாத கவலை இல்லை, இரத்த அழுத்தம் கண்டபடி எகிறாது, முப்பத்தைந்து வயதில் இதயம் கெட்டுப் போகாது. பெரும்பாலான தாய்லாந்துக்காரர்களை நலமாக வைத்திருப்பதே இந்தச் 'சானுக்' மனநிலைதான் என்று சொல்லிவிடலாம்!

★★★

10. ஜமைக்கா: உடலினை உறுதி செய்

2008 ஆகஸ்ட் 16.

மஞ்சள் சட்டை அணிந்த அந்த இருபத்திரண்டு வயது இளைஞர் ஓடுவதற்கு ஆயத்தமாக நிற்கிறார். அவரோடு உலகின் தலைசிறந்த ஓட்டப் பந்தய வீரர்கள் பலரும் போட்டி தொடங்குவதற்காகக் காத்திருக்கிறார்கள்.

அவர்கள் ஓடப்போவது நீண்ட பந்தயம் இல்லை. வெறும் நூறு மீட்டர் தொலைவுதான்.

ஆனால், அந்த நூறு மீட்டர் தொலைவில்தான் அங்கிருக்கும் இளைஞர்களுடைய முழுக் கவனமும் நிரம்பியிருக்கிறது. ஒவ்வொருவரும் மற்ற எல்லாரையும் தாண்டி நான்தான் முதலாவதாக வரவேண்டும் என்கிற அதிவிரைவுத் துடிப்புடன் காத்திருக்கிறார்கள்.

போட்டி தொடங்குகிறது. கண்ணிமைக்கும் நேரத்துக்குள் அந்தக் கருப்பு இளைஞர் எல்லாரையும் முந்திக்கொண்டு விரையத் தொடங்கிவிட்டார். மற்றவர்கள் யாரும் அவர் பக்கத்தில்கூட நெருங்கமுடியவில்லை.

முக்கால்வாசித் தொலைவு ஓடியதுமே அவருக்குத் தெரிந்துவிட்டது. நான்தான் வெல்லப்போகிறேன். ஒலிம்பிக் தங்கப் பதக்கம் எனக்குத்தான். உலகின் அதிவிரைவான வீரன் நான்தான்.

போட்டி இன்னும் முடியவில்லை. ஆனால் அதற்குள் அவர் மகிழ்ச்சியுடன் வெற்றிக் கொண்டாட்டங்களைத் தொடங்கி விட்டார். கைகளால் நெஞ்சில் அடித்துக்கொண்டு வீரக் கூக்குரல் எழுப்புகிறார்.

இதைப் பார்க்கிறவர்கள் பதறுகிறார்கள். அடடா, இந்த இளைஞர் இப்படி மகிழ்ச்சியாகக் கொண்டாடிக்கொண்டிருக்கும்போது வேறு யாரேனும் அவரை முந்திச் சென்றுவிட்டால்?

அதற்கு வாய்ப்பே இல்லை. அவருக்குப் பின்னால் இரண்டாவது, மூன்றாவது இடத்தில் உள்ளவர்களெல்லாம் அவரைவிட மிகவும் பின்தங்கியிருந்தார்கள். நினைத்ததுபோல் அவர்தான் அந்தப் பந்தயத்தில் வென்று தங்கப் பதக்கத்தைக் கைப்பற்றினார்.

அதன்பிறகுதான் எல்லாரும் கவனித்தார்கள். அவருடைய காலிலிருந்த ஒரு ஷூவில் லேஸ் (நாடா) ஒன்று அவிழ்ந்திருந்தது. அதைப்பற்றிச் சிறிதும் கவலைப்படாமல் வெறும் 9.69 விநாடிகளில் நூறு மீட்டர் தொலைவைக் கடந்து புதிய உலகச் சாதனை படைத்துவிட்டார் அந்த இளைஞர்.

அதோடு நிறுத்தவில்லை. அடுத்து வந்த இருநூறு மீட்டர் ஓட்டப் பந்தயத்திலும், நானூறு மீட்டர் தொடர் ஓட்டப் பந்தயத்திலும்கூட உலகச் சாதனைகளைப் புரிந்து தங்கப் பதக்கங்களையும் ‘உலகின் அதிவிரைவான மனிதர்’ என்கிற பெருமையையும் அள்ளிக்கொண்டார் அவர்.

உலகம் அசந்துபோனது. யார் இந்த இளைஞர்? எல்லாப் போட்டிகளிலும் மற்றவர்களையெல்லாம் சும்மா ஒதுக்கித் தள்ளிவிட்டு மின்னலைப்போல் விரைந்தோடுகிறாரே, இவர் எங்கிருந்து வந்தார்? எப்படி வந்தார்?

அந்த இளைஞரின் பெயர் உசைன் போல்ட். மேற்கிந்தியத் தீவுகளில் (வெஸ்ட் இண்டீஸ்) உள்ள ஜமைக்கா என்ற சின்னஞ்சிறிய தீவைச் சேர்ந்தவர்.

அந்த ஒலிம்பிக்ஸில் உசைன்மட்டுமில்லை, ஒட்டுமொத்த ஜமைக்காத் தடகளக் குழுவினரும் கலக்கித் தள்ளினார்கள். மகளிருக்கான நூறு மீட்டர் ஓட்டப் பந்தயத்தில் தங்கம், வெள்ளி, வெண்கலம் என மூன்று பதக்கங்களையும் ஜமைக்காப் பெண்கள்

தட்டிச்சென்றார்கள். மொத்தமாக ஆறு தங்கம், மூன்று வெள்ளி, இரண்டு வெண்கலப் பதக்கங்களை அள்ளியது ஜமைக்கா.

உலக வரைபடத்தில் ஜமைக்கா என்கிற நாட்டை நீங்கள் கண்டுபிடிப்பதுகூடச் சிரமம். அமெரிக்காவுக்குக் கீழே, மெக்சிகோவுக்கு வலப்புறமாகக் கியூபா தெரியும். அதற்குக் கீழுள்ள கடல் பகுதியில் உருப்பெருக்கு கண்ணாடி வைத்துத் தேடினால் இத்தனூண்டு புள்ளிபோல் ஜமைக்கா தென்படும்.

ஒட்டுமொத்த ஜமைக்காவின் மக்கள் தொகை சுமார் கால் கோடிதான். ஆனால் அந்தச் சிறிய தீவிலிருந்து வரும் விளையாட்டு வீரர்கள், பயிற்சியாளர்கள் உலகெங்கும் பரவியிருக்கிறார்கள். தடகளப் போட்டிகளில் தொடங்கிக் கிரிக்கெட், கால் பந்து போன்ற குழு ஆட்டங்களில்கூட ஜமைக்கா இளைஞர்கள் மிகச் சிறப்பாக விளையாடிக் கலக்குகிறார்கள்.

இந்த வியப்பூட்டும் சாதனை எப்படி நிகழ்ந்தது? பெரிய நாடுகள்கூட விளையாட்டுத்துறையில் உலக அளவில் நன்கு பங்களிப்பதற்குத் திணறிக்கொண்டிருக்கும்போது ஜமைக்காவால்மட்டும் இப்படி மிக எளிதாக வெல்லமுடிவது எதனால்? இதற்கான பதில், ஜமைக்காவின் பண்பாடு, வாழ்க்கை முறையில் ஒளிந்திருக்கிறது.

அடிப்படையில் ஜமைக்கா ஓர் ஏழை நாடு. கஷ்டப்பட்டு உழைத்தால்மட்டும்தான் கால் வயிற்றுச் சாப்பாட்டுக்காவது வழி பிறக்கும் என்கிற எண்ணமும் கட்டாயமும் அங்குள்ள பெரும்பாலானோருக்கு உண்டு. அதற்குத் தங்கள் உடம்புதான் முதலீடு, அதை நன்கு வலுவாக்கிக்கொள்ளவேண்டும் என்று அவர்கள் நன்கு புரிந்துவைத்துள்ளார்கள்.

இதனால், ஜமைக்கா மக்கள் விளையாட்டைத் தங்கள் வாழ்க்கையின் ஒரு பகுதியாகவே இரண்டறக் கலந்திருக்கிறார்கள். மிகச் சிறிய வயதிலிருந்து குழந்தைகளுக்கு ஆனா ஆவன்னா சொல்லித்தருவதுபோல் ஓடவும், எகிறிக் குதிக்கவும், தாண்டிக் குதிக்கவும் பயிற்சி அளிக்கப்படுகிறது.

ஜமைக்காப் பள்ளிக்கூடங்களில் மற்ற பாடங்களுடன் உடற்பயிற்சி, விளையாட்டும் கண்டிப்பாக உண்டு. நான்கு, ஐந்து வயது மழலைப் பிள்ளைகளுக்குக்கூட ஓட்டப் பந்தயங்கள் வைத்து, வெல்கிறவர்களுக்குப் பதக்கம் கொடுத்து ஊக்குவிப்பார்கள்.

ஓடிப் பழகிய பிள்ளைகள் சும்மா இருக்குமா? ஜமைக்காவில் எங்கு வெற்று நிலம் தென்பட்டாலும் குழந்தைகள் தானாகச் சேர்ந்து ஓட்டப் பந்தயம் நடத்தத் தொடங்கிவிடுவார்கள்.

அதுவும் ஒரு முறை, இரண்டு முறை இல்லை, சளைக்காமல் திரும்பத் திரும்ப ஓடுவார்கள், ஒவ்வொரு முறையும் முன்பைவிட அதிகத் தொலைவு, அதிக நேரம் என்று ஓடிக்கொண்டே இருப்பார்கள்.

ஜமைக்காவில் மலைப் பகுதிகள் நிறைந்துள்ளன. சாய்வான மேடு, பள்ளங்கள் நிறைந்த இந்த ஊர்ச் சாலைகளில் ஓடிப் பழகுவதால் இந்தக் குழந்தைகளின் உடல் தசைகள் வலுவடைகின்றன, நுரையீரல்கள் விரிகின்றன, இதயம் உறுதியாகிறது.

இதனால், ஜமைக்காவில் ஒவ்வொரு தெருவிலும், ஒவ்வொரு பகுதியிலும், ஒவ்வோர் ஊரிலும் ஏராளமான ஓட்டப் பந்தய வீரர்கள், தடகள ஆர்வலர்கள் இருப்பார்கள். இவர்களுடைய திறமையைப் பரிசோதித்துக் கூர் தீட்டி வலுப்படுத்துவதற்காகவே பலவிதமான போட்டிகள் நடத்தப்படுகின்றன.

போட்டிகள் என்றால் சும்மா ஆள் இல்லாத அரங்கங்களில் இளைஞர்கள் தத்தக்கா, புத்தக்கா என்று ஓடுவது இல்லை. ஜமைக்காவில் நடைபெறுகிற உள்நாட்டுப் போட்டிகள் அனைத்தும் ஒரு பெரிய திருவிழாவைப்போல் கொண்டாடப்படுகின்றன. இதில் சிறப்பாக விளையாடுகிற இளைஞர்கள்தான் அந்நாட்டின் அணியில் இடம் பெறுகிறார்கள்.

ஆண்டுமுழுவதும் ஜமைக்காவில் ஏதாவது ஒரு விளையாட்டுப் போட்டியோ, தடகளப் போட்டியோ நடைபெற்றுக்கொண்டுதான் இருக்கும். இவற்றில் கலந்துகொள்கிறவர்கள் பெரும்பாலும் பத்திலிருந்து பதினேழு, பதினெட்டு வயதுவரை உள்ள இளைஞர்கள்.

இந்தக் கத்துக்குட்டி வீரர்களைப் பார்ப்பதற்காகவே மக்கள் ஆயிரக்கணக்கில் வந்து குவிகிறார்கள், அவர்களைக் கை தட்டிப் பாராட்டுகிறார்கள், ஊக்குவிக்கிறார்கள். கிட்டத்தட்ட நூறு ஆண்டுகளாகத் தொடர்கின்ற பண்பாடு இது.

நம் ஊரில் பொதுவாக உள்நாட்டுப் போட்டிகளைப் பார்க்க யாரும் வரமாட்டார்கள். ஆனால் சச்சின் டெண்டுல்கர்

விளையாடுகிறார், சானியா மிர்சா விளையாடுகிறார் என்று சொன்னால் கூட்டம் வந்து குவியும்.

ஜமைக்கா மக்கள் கொஞ்சம் வேறுவிதம். அவர்கள் தங்களுடைய நாட்டிற்காகப் போட்டியிட்டு வெற்றிபெறுகிறவர்களைக் கொண்டாடுவார்கள். அதே நேரம் உள்ளூர் வீரர்கள், புதுமுகங்களை ஒதுக்குவதோ புறக்கணிப்பதோ கிடையாது.

'உசைன் போல்ட் பெரிய ஓட்டப் பந்தய வீரர்தான். ஐயமில்லை. ஆனால், நாளைக்கு அவரைவிடப் பெரிய வீரராக ஒரு ஜமைக்கா இளைஞர் வரவேண்டாமா? அவரை ஊக்கப்படுத்துவதற்காகத்தான் நாங்களெல்லாம் உள்ளூர்ப் போட்டிகளைப் பார்க்கப் போகிறோம்' என்கிறார்கள் ரசிகர்கள்.

இந்த மனநிலையால்தான் அடுத்தடுத்து புதுப்புதுச் சாதனை இளைஞர்களை அள்ளிக் கொடுத்துக்கொண்டே இருக்கிறது ஜமைக்கா. உலக அளவில் எந்தத் தடகளப் போட்டி என்றாலும் அங்கு ஜமைக்கா அணியினரின் அழுத்தமான வெற்றிக் குவியலைப் பார்க்கமுடிகிறது.

ஆனால், சொல்லிக்கொள்ளும்படி எந்த வசதியும் இல்லாத ஜமைக்காவில் இந்த அளவு திறமையான இளைஞர்கள் உருவாவது எப்படி?

'எங்கள் நாட்டில் பெரிதாக எந்த வசதியும் இல்லை என்பதுதான் எங்களுடைய மிகப் பெரிய பலம்' என்கிறார் அந்நாட்டைச் சேர்ந்த பயிற்சியாளர் ஃபிட்ஸ் கோல்மன், 'நாங்கள் ரொம்பச் சிறியவர்கள், ஏழைகள். ஆனால் எங்களுக்கு எங்கள்மீது நம்பிக்கை இருக்கிறது. அது போதும்.'

உசைன் போல்ட்டின் மின்னல் சாதனைகளுக்கு அறுபது ஆண்டுகள் முன்பாக, 1948லேயே ஜமைக்கா தன் ஒலிம்பிக் பதக்க வேட்டையைத் தொடங்கிவிட்டது. தொடர்ந்து அடுத்தடுத்த பன்னாட்டுப் போட்டிகளில் ஜமைக்கா வீரர்கள் தங்கள் தனித்துவத்தை நிரூபித்துப் பதக்கங்களை அள்ளினார்கள்.

ஆனால், இந்த மகிழ்ச்சி நெடுநாள் நீடிக்கவில்லை. ஜமைக்காவில் உருவாகும் மிகச் சிறந்த விளையாட்டு வீரர்கள், ஓட்டப் பந்தய இளைஞர்களையெல்லாம் வெளிநாடுகள் நல்ல காசு கொடுத்துக் கொத்திக்கொண்டு போகத் தொடங்கின.

பின்னே? உள்ளூரில் பயிற்சி எடுப்பதற்கு உருப்படியான ஓடுகளங்கள், வசதிகள்கூட இல்லை. இந்தச் சூழ்நிலையில் நல்ல சம்பளம், தரமான பயிற்சி ஏற்பாடுகள், மிகச் சிறந்த வாய்ப்புகள் என்று வெளிநாடுகள் ஆசை காண்பிக்க, ஜமைக்காவின் சொத்துகள் ஒவ்வொன்றாகப் பறிபோய்க்கொண்டிருந்தன.

இதைப் பார்த்து வருந்திய ஜமைக்கா ஓட்டப் பந்தய வீரர் டென்னிஸ் ஜான்ஸன் ஒரு தீர்மானமெடுத்தார்: வெளிநாடுகளில் இருப்பதுபோல் நம் ஊரிலேயே ஒரு மிகச் சிறந்த தடகளப் பயிற்சி மையத்தை உருவாக்கவேண்டும். ஜமைக்கா வீரர்கள் இங்கு இருந்தபடியே பயிற்சி பெற்றுத் தங்கமும் வெள்ளியுமாகப் பதக்கங்களைக் குவிக்கவேண்டும்.

டென்னிஸ் ஜான்ஸன் இப்படிச் சொன்னபோது எல்லாரும் விழுந்து விழுந்து சிரித்தார்கள், 'ஜமைக்காவில் வெறும் மண்தான் இருக்கிறது. இங்கு உலகத் தரத்திலான விளையாட்டுப் பயிற்சி மையங்களையெல்லாம் உருவாக்கவே முடியாது' என்று அடித்துச் சொன்னார்கள்.

ஆனால், டென்னிஸ் ஜான்ஸன் மனம் தளரவில்லை. ஏற்கெனவே வெளிநாட்டில் பயிற்சி பெற்றிருந்த அவர் தான் கற்றுக்கொண்ட விஷயங்கள் ஒவ்வொன்றையும் உள்ளூர் இளைஞர்களுக்குச் சொல்லித்தருவதற்கான திட்டங்களை உருவாக்கினார், இருக்கும் அரைகுறை வசதிகளைப் பயன்படுத்திக்கொண்டு தீவிரப் பயிற்சி வகுப்புகளைத் தொடங்கினார்.

அவர் போட்ட விதைதான் இன்றைக்கு ஜமைக்காமுழுவதும் மிகப் பெரிய ஆலமரமாகத் தழைத்து நிற்கிறது. அநேகமாக எல்லா ஊர்களிலும் நல்ல பயிற்சி மையங்கள் இருக்கின்றன. இளைஞர்கள் கட்டாந்தரையில் வெறும் காலில் ஓடிப் பயிற்சி பெற்றாலும்கூட, தடகள நுணுக்கங்கள் அனைத்தையும் அவர்களுக்குச் சொல்லித்தரக்கூடிய தரமான பயிற்சியாளர்கள் அவர்களைச் சுற்றி இருக்கிறார்கள்.

இதனால், உசைன் போல்ட் போன்ற திறமைசாலி இளைஞர்கள் வெளிநாடுகளுக்கு ஓடவேண்டியதில்லை. ஜமைக்காவில் இருந்தபடியே பயிற்சி பெறலாம், பணமும் புகழும் சம்பாதிக்கலாம், குறிப்பாக, பிறந்த நாட்டுக்குப் பெருமை தேடித் தரலாம்.

ஒருகாலத்தில் ஜமைக்கா என்றால் வன்முறை நாடு என்பார்கள். இன்றைக்கும் அந்நாட்டின் பல பகுதிகளில் அடிதடி, கலவரம், துப்பாக்கிச் சண்டைகள் தலைவிரித்தாடுகின்றன.

கொஞ்சகாலமாகதான் இந்த முரட்டுத் தோற்றம் சற்று மாறியிருக்கிறது. ஜமைக்காவின் தடகள வீரர்கள் உலக அரங்கில் தங்களுடைய நாட்டுக்கு நல்ல பெயர் வாங்கித் தந்திருக்கிறார்கள்.

ஆனால் இப்போதும், ஜமைக்காவின் திறமைகளை நம்பாமல் ஐயப்படுகிறவர்கள் உண்டு, 'அந்த நாட்டில போதை மருந்து ஏராளம். எல்லாப் பசங்களும் போதை ஊசி போட்டுக்கிட்டுதான் இப்படிக் கன்னாபின்னான்னு ஓடறாங்க' என்று இவர்கள் கண்டபடி சேற்றை வாரி இறைக்கிறார்கள்.

இந்த அவதூறையும் ஜமைக்கா ஒரு சிறிய புன்னகையுடன் சமாளிக்கிறது. 'எங்கள் நாட்டில் யாரும் போதை மருந்து சாப்பிட்டுவிட்டுப் போட்டிகளில் கலந்துகொள்வதில்லை' என்று அடித்துச் சொல்கிறார் ஜமைக்காவின் புகழ் பெற்ற ஓட்டப் பந்தய வீரர்களில் ஒருவரான மைக்கேல் ஃபிராடர்.

'ஓடுவது, விளையாடுவது, வெல்கிற ஆசை எல்லாம் எங்களுடைய பண்பாட்டிலேயே இருக்கிறது' என்கிறார் ஃபிராடர், 'தன்னுடைய வலிமையை, திறமையை நம்பாமல், விளையாட்டுக்குத் துரோகம் செய்துவிட்டு ஒருவர் போதை மருந்தை நம்பினார் என்றால், ஜமைக்கா மக்கள் அவரை மொத்தமாகப் புறக்கணித்து விடுவார்கள். அதன்பிறகு அவர் இங்கு எந்தப் போட்டியிலும் கலந்துகொள்ளமுடியாது.'

ஒவ்வோர் ஆண்டும் பல நூறு திறமையான இளைஞர்களை உலகிற்கு அளித்துக்கொண்டிருக்கிறது ஜமைக்கா. இவர்களில் பலர் மிக வறுமையான குடும்பங்களில் பிறந்து, ஒழுங்காகச் சாப்பிடக்கூட வழியில்லாத சூழ்நிலையில் வளர்ந்தவர்கள், உழைப்பு ஒன்றையே முதலீடாகப் போட்டு முன்னேறியவர்கள்.

இவர்களுக்கெல்லாம் இன்றைக்கு விளையாட்டுதான் வாழ்வளித்திருக்கிறது. சோறு போடுகிற தெய்வத்தை யாராவது எட்டி உதைப்பார்களா?

ஜமைக்காவின் விளையாட்டுத்திறன்மீது உலகம் ஐயப்படலாம். ஆனால் அதைப்பற்றிக் கவலைப்படாமல் அடுத்த தலைமுறை இளைஞர் படை அங்கு சுறுசுறுப்பாக ஆயத்தமாகிக்கொண்டிருக்கிறது.

நீங்கள் இந்தக் கட்டுரையைப் படிக்கிற இதே விநாடியில், அங்கு ஜமைக்காவில் அடுத்த ஒலிம்பிக்ஸில் மின்னல் மனிதர் உசைன் போல்ட்டையும் வெல்லக்கூடிய ஓர் இளைஞர் இரவு பகலாக ஓடிப் பழகிக்கொண்டிருப்பார்!

★★★

11. பூடான் : எல்லாருக்கும் மகிழ்ச்சி

உலகம்முழுக்க, ஒரு நாடு வளர்ச்சியடைகிறதா, இல்லையா என்பதைப் புரிசோதிக்க ஓர் அளவுகோல் வைத்திருக்கிறார்கள். அதன் பெயர் GDP (Gross Domestic Product).

சற்றுப் புரியும்படி சொல்வதென்றால், ஒரு நாட்டின் ஒட்டுமொத்த உற்பத்தி எவ்வளவு என்கிற கணக்கைத்தான் GDP என்று அழைக்கிறார்கள். GDP கூடுதலாக உள்ள நாடுகள் வளர்ச்சியடைந்தவையாகவும், குறைவாக உள்ள நாடுகள் பின்தங்கியிருப்பவையாகவும் அறியப்படுகின்றன.

ஆனால், உற்பத்திமட்டும்தான் வளர்ச்சியின் அடையாளமா?

ஒரு சின்னக் கற்பனை செய்து பாருங்கள்: ஒரு நாட்டில் மக்கள் எல்லாரும் கடுமையாக உழைக்கிறார்கள், உற்பத்தி நாளுக்கு நாள் கூடுகிறது, GDP அதிவிரைவாக எகிறுகிறது.

ஆனால், அங்குள்ள தனி மனிதர்கள், குடும்பங்கள் யாரும் மகிழ்ச்சியாக இல்லை. எல்லாரும் வெறுமனே உற்பத்தி செய்கிற, பணம் சம்பாதிக்கிற இயந்திரங்களாகத்தான் இருக்கிறார்கள். யாரும் ஒருவருக்கொருவர் அன்பாகப் பேசிப் பழகிக்கொள்வது இல்லை, ஏதாவது ஒரு சிக்கல் என்றால் ஒருவருக்கொருவர் உதவிக்கொள்கிற பழக்கம் இல்லை. அவர்களுக்குப் போதுமான அடிப்படை வாழ்க்கை வசதிகள்கூடக் கிடைப்பதில்லை. அப்புறம் எப்படி அந்த நாட்டை வளர்ந்த நாடாகக் கருதமுடியும்?

ஆக, GDP கூடுதலாக இருக்கிறது என்பதால்மட்டும் ஒரு நாட்டை உயர்வாகச் சொல்லிவிடமுடியாது. அதைத் தாண்டியும் ஏதோ ஒன்று இருக்கிறது, இருக்கவேண்டும்.

இந்தியாவுக்குப் பக்கத்தில் உள்ள குட்டியூண்டு நாடு பூடான். கொஞ்சம் விரைவாக உலகப் படத்தைப் புரட்டினீர்கள் என்றால் கொட்டைப் பாக்கு அளவிலான இந்த நாடு உங்கள் கண்ணுக்குத் தெரியாமல் போய்விடுகிற வாய்ப்பு உண்டு.

பூடானின் ஒட்டுமொத்த மக்கள் தொகை பத்து லட்சத்தைக்கூட இன்னும் தொடவில்லை. இந்தச் சிறிய நாட்டின் GDPயும் மிக மிகக் குறைவு.

ஆனால், அந்த நாட்டில் மக்கள் எல்லாரும் மகிழ்ச்சியாக இருக்கிறார்கள். குடும்ப அமைப்பு, உறவுகள் வலுவாகப் பிணைக்கப்பட்டிருக்கின்றன. எல்லாரும் நீண்ட நாள் வாழ்கிறார்கள், அதுவும் மகிழ்ச்சியுடன் வாழ்கிறார்கள்.

இந்த ஒரே காரணத்துக்காக உலக நாடுகள் பலவற்றின் பார்வை பூடான்மீது விழத் தொடங்கியிருக்கிறது, 'இத்தனூண்டு நாடு. எங்களிடம் உள்ள பண வலிமையில், வளத்தில், வசதிகளில் ஆயிரத்தில் ஒரு பங்குகூட அவர்களிடம் இல்லை. ஆனாலும் அங்குள்ள மக்கள் எங்களைவிட மகிழ்ச்சியாக இருக்கிறார்களாமே, அது எப்படி?'

பூடான் ரகசியத்தைத் தெரிந்துகொள்வதற்காகப் பல பொருளாதார வல்லுனர்கள், பேராசிரியர்கள் அங்கு குவிகிறார்கள், அந்நாட்டில் என்ன சிறப்பு, அதைப் பின்பற்றி நம் நாட்டில் ஏதாவது புதிதாகச் செய்யமுடியுமா என்று உருப்பெருக்கு கண்ணாடி வைத்து ஆராய்கிறார்கள்.

நமக்கு இது ஒன்றும் புதிய விஷயம் இல்லை. எல்லா வசதிகளுடனும் வாழ்கிற பணக்காரர்கள் எந்நேரமும் கவலையுடன் இருப்பதையும் நாம் பார்க்கிறோம், அதே நேரம் பக்கத்துக் குடிசையில் மூன்று வேளைச் சாப்பாட்டுக்கே வழியில்லாத குடும்பங்கள்கூட மகிழ்ச்சியுடன் சிரித்து மகிழ்வதையும் பார்க்கிறோம்.

இதே விஷயம்தான் பூடானில் கொஞ்சம் பெரிய அளவில் நடைபெறுகிறது. GDP எனும் 'வருவாய்'க்குக் கூடுதல் முக்கியத்துவம்

தராமல், ‘GNH’ எனும் மகிழ்ச்சி அளவுகோலை அவர்கள் மதிக்கிறார்கள்.

GNH என்றால், ‘Gross National Happiness’, அதாவது, ஒட்டுமொத்த நாட்டின் மகிழ்ச்சி அளவு.

1972ம் ஆண்டு பூடானின் அப்போதைய அரசர் ஜிக்மெ சிங்யெ வாங்சுக் இந்தப் புதிய சொல்லை அறிமுகப்படுத்தினார், ‘நம்முடைய நாட்டில் எல்லாரும் மகிழ்ச்சியாக இருக்கவேண்டும். இந்த ஒரு நோக்கத்தின் அடிப்படையில்தான் நமது அரசாங்கத்தின் திட்டங்கள் அனைத்தும் உருவாக்கப்படும்’ என்று முழங்கினார்.

அரசாங்கம்மட்டுமில்லை, பூடான் மக்கள் அனைவருமே ‘எல்லாருக்கும் மகிழ்ச்சி’ என்கிற கோட்பாட்டை மையமாகக் கொண்டுதான் செயல்படுகிறார்கள்.

‘மகிழ்ச்சி என்பது வெளியிலிருந்து வருவது அல்ல. அது நமக்குள்ளேயே இருக்கிறது’ என்கிறது புத்த மதம். இந்தக் கொள்கையை வேதமாக மதித்துப் பின்பற்றுகிறது பூடான் சமூகம். நிறையச் சம்பாதித்து, வீடுமுழுக்கப் பளபளப்பான பொருள்களை வாங்கிக் குவிப்பதால்மட்டும் மகிழ்ச்சி வந்துவிடாது என்பது அவர்களுக்கு நன்றாகப் புரிந்திருக்கிறது.

பூடானின் GNH என்கிற மகிழ்ச்சிக் கட்டடம் நான்கு தூண்களின்மீது நின்றுகொண்டிருக்கிறது. இவை நான்கும் வலுவாக இருந்தால்மட்டும்தான் மக்கள் மகிழ்ச்சியாக இருப்பார்கள் என்று அந்நாட்டு அரசாங்கமும் புரிந்துவைத்திருக்கிறது.

அந்த நான்கு தூண்கள்:

- ★ பொருளாதார வளர்ச்சி, முன்னேற்றம்
- ★ பண்பாடு, பாரம்பரியத்தைப் பாதுகாப்பது
- ★ சுற்றுச்சூழல் பராமரிப்பு
- ★ நல்ல ஆட்சி

ஒரு தனி மனிதரோ, குடும்பமோ மகிழ்ச்சியாக இருக்கவேண்டும் என்றால் அதற்குப் பணம் ஓர் அவசியத் தேவை. சாப்பாடு, துணிமணிகள், வசிக்க ஓர் இடம் போன்ற அடிப்படைத் தேவைகளில் தொடங்கி அனைத்து வளங்களும் காசு இல்லாமல் கிடைக்காது.

பூடானியர்கள் மகிழ்ச்சியை வலியுறுத்துகிற அதே நேரத்தில் பணம் சம்பாதிப்பது, தொழில் வளர்ச்சி, பொருளாதார முன்னேற்றம் போன்றவற்றையும் புறக்கணிப்பதில்லை. கடுமையாக உழைப்பது, நன்றாகச் சம்பாதிப்பது, செலவு செய்வது, சேமித்துவைப்பது என எல்லாவற்றிலும் அவர்கள் நம்மைப்போலவேதான்.

ஒரே வேறுபாடு, மற்ற நாடுகளைச் சேர்ந்தவர்கள் பணம் சம்பாதிப்பதுமட்டும்தான் வாழ்க்கை, அதுதான் பெரிய மகிழ்ச்சி என்று நினைத்துவிடுகிறார்கள். பூடான் மக்கள் அப்படிக் கருதுவது இல்லை.

எடுத்துக்காட்டாக, மேலே நாம் குறிப்பிட்டிருக்கிற நான்கு தூண்களில் பொருளாதார வளர்ச்சி, முன்னேற்றத்தைத் தாண்டி வருகிற மூன்று தூண்களையும் கவனித்துப் பாருங்கள். உலகில் எத்தனை நாடுகள், எத்தனை மக்கள் இந்த மூன்றையும் முதன்மையாகக் கருதுகிறார்கள்?

பூடானில் அமைந்திருக்கும் மகிழ்ச்சிச் சமூகத்துக்கு முதன்மையான காரணம், அவர்கள் பணம் சம்பாதிப்பதைமட்டும் தங்களுடைய வாழ்க்கை நோக்கமாகக் கருதுவது இல்லை. சுற்றுச்சூழலை இதமாகப் பராமரிப்பது, தங்களுடைய பண்பாட்டைப் பாதுகாப்பது, மக்கள் நலனில் அக்கறை காட்டுகிற அரசாங்கம், ஆட்சிமுறையை உருவாக்குவது போன்றவற்றையும் அதே அளவு கவனிக்கிறார்கள்.

இதற்கு ஒரு சிறிய எடுத்துக்காட்டு, உலகின் 'வளர்ந்த' நாடுகள் எதை வேண்டுமானாலும் எடுத்துக்கொள்ளுங்கள், அவர்கள் ஆண்டுதோறும் வெளியிடுகிற வரவு, செலவுத் திட்டத்தில் எதற்கு அதிகப் பணம் ஒதுக்குகிறார்கள் என்று கவனித்துப் பாருங்கள்.

அமெரிக்காவின் வரவு, செலவுத் திட்டத்தில் கிட்டத்தட்ட பாதித் தொகை, அதன் பாதுகாப்புக்காக, அதாவது, ராணுவத்துக்காகச் செலவிடப்படுகிறது. மற்ற 'பெரிய' நாடுகளிலும் கிட்டத்தட்ட இதே நிலைமைதான்.

ஆனால், பூடானில் நிலைமை தலைகீழ். அமைதியை விரும்பும் நாடான பூடான் ராணுவத்துக்குச் செலவிடுவதைவிடக் கல்வி, மருத்துவம் போன்ற மக்களின் அடிப்படைத் தேவைகளுக்குக் கூடுதல் முன்னுரிமை கொடுக்கிறது.

ஐம்பது ஆண்டுகளுக்குமுன்னால் பூடானில் ஆனா, ஆவன்னா படிக்கக்கூட ஒழுங்கான பள்ளிகள் கிடையாது. அந்நாட்டு மக்கள் பெரும்பாலும் உடல் உழைப்பை நம்பிப் பிழைத்து வந்ததால் படிப்பு தேவை என்று அவர்களுக்குத் தோன்றவில்லை.

ஆனால் இன்றைக்கு, பூடானில் ஆரம்பக் கல்வி, நடுநிலைக் கல்வி, கல்லூரிப் படிப்பு, அதன்பிறகான மேற்படிப்பு என எல்லா நிலைகளிலும் உலகத் தரத்திலான பள்ளிகள், கல்லூரிகள் இருக்கின்றன. அரசாங்கம் எல்லா மக்களுக்கும் கல்வியை இலவசமாகவே வழங்குகிறது.

அதுமட்டுமில்லை. நகரப் பிள்ளைகள் நன்றாகப் படிப்பது, கிராமப்புறங்களைச் சேர்ந்த மாணவர்கள் கல்வியில் பின்தங்குவது என்கிற இடைவெளியைத் தவிர்ப்பதற்கும் பூடான் அரசாங்கம் ஒரு வழி செய்திருக்கிறது.

நகரப் பள்ளிகளில் பாடம் சொல்லித்தரும் ஆசிரியர்கள் சில மாதங்களுக்குப்பிறகு கிராமப் பள்ளிகளுக்கு மாற்றப்படுவார்கள். இதேபோல் கிராமப் பள்ளிகளின் ஆசிரியர்கள் நகரத்துக்கு வந்து வேலை செய்யவேண்டும். இந்தச் சுழற்சி முறை ஆண்டுமுழுக்கப் பின்பற்றப்படுகிறது.

இதன்மூலம் நாடுமுழுவதும் எல்லா மாணவர்களுக்கும் நல்ல, தரமான கல்வி வழங்கப்படுகிறது. ஆசிரியர்களுக்கும் பலவிதமான சூழ்நிலைகள், மாணவர்களைச் சந்திக்கிற, சமாளிக்கிற அனுபவம் கிடைக்கிறது.

மருத்துவத்துறையைப் பொறுத்தவரை பூடானில் இரண்டு விஷயங்கள் முதன்மையாகக் கருதப்படுகின்றன. ஒன்று, எல்லா மக்களுக்கும் அவர்கள் வசிக்கும் பகுதிக்கு அருகிலேயே நல்ல மருத்துவமனை ஒன்றாவது இருக்கவேண்டும். இரண்டாவது, அந்த மருத்துவமனையில் எல்லாவிதமான நோய்களுக்கும் சிகிச்சை அளிக்கும் வசதிகள், மருத்துவர்கள் இருக்கவேண்டும்.

பூடான் ஏழை நாடுதான். ஆனால் கல்வி, மருத்துவம் ஆகிய இந்த இரண்டு விஷயங்களும் எல்லா மக்களுக்கும் முழுக்க முழுக்க இலவசமாகவே கிடைக்கின்றன.

கால் நூற்றாண்டு காலத்துக்கு முன்புவரை பூடானுக்கும் மற்ற உலக நாடுகளுக்கும் பெரிய அளவில் எந்தத் தொடர்பும் கிடையாது.

எந்தவிதத்திலும் வெளிநாட்டுப் பண்பாட்டின் தாக்கம் தங்களைப் பாதித்துவிடக்கூடாது என்பதற்காக அவர்கள் தங்கள் கதவுகளைச் சற்று அழுந்தச் சாத்தியே வைத்திருந்தார்கள்.

ஆனால் இப்போது, கதவு திறந்துவிட்டது. பூடானியர்கள் பலர் வெளிநாடுகளுக்குப் பயணம் செய்கிறார்கள், வெளிநாட்டுச் சுற்றுலாப் பயணிகளும் இங்கு வந்து செல்கிறார்கள். வானொலி, தொலைக்காட்சி, இணையம்மூலம் பல விஷயங்கள் உள்ளே வந்துவிட்டன.

அதே நேரம், இதுபோன்ற 'வெளி'ப் பழக்கவழக்கங்களின்மூலம் தங்களுடைய பண்பாட்டை, பழைய அடையாளங்கள், பழக்கவழக்கங்களை இழந்துவிடக்கூடாது என்பதில் பூடான் சமூகம் மிகவும் விழிப்புடன் இருக்கிறது. புத்த மடாலயங்களுக்குச் சென்று வழிபடுவது, சடங்குகளைப் பின்பற்றுவது போன்றவை மிக முதன்மையான சமுதாயக் கடமைகளாகக் கருதப்படுகின்றன.

இன்றைக்கும் பூடானில் சில குறிப்பிட்ட சூழல்களில் அந்நாட்டுப் பண்பாட்டு உடையை அணியாதவர்களுக்குத் தண்டனை உண்டு. தங்களுடைய பண்பாட்டைப் பாதிக்கிற திரைப்படங்கள், தொலைக்காட்சிகள், இணையத் தளங்கள் போன்றவற்றை சிறிதும் இரக்கம் பார்க்காமல் தடை செய்துவிடுகிறார்கள்.

இவையெல்லாம் முரட்டுத்தனமான சட்டங்கள் என்று நமக்குத் தோன்றலாம். ஆனால் பல ஆயிரம் ஆண்டுகளாகக் கட்டிக்காத்த பண்பாட்டை, பழக்கவழக்கங்களையெல்லாம் வெளியூர்த் தாக்கங்களுக்காகப் பறி கொடுக்கப் பூடான் ஆயத்தமாக இல்லை.

உலகமெங்கும் நாள்முழுக்கத் தொலைக்காட்சிமுன்னால் கிடக்கிற 'அடிமை'களைப் பார்க்கிறோம். ஆனால் பூடானில் இதுபோன்ற பொழுதுபோக்குகளில் அதிக நேரம் செலவிடுவது ஒரு பெரிய சமூகக் குற்றமாகவே கருதப்படுகிறது.

'எந்நேரமும் டிவி அல்லது திரைப்படங்களைப் பார்த்துக் கொண்டிருந்தால் மக்கள் தங்களுடைய சொந்தக் குடும்ப உறுப்பினர்களுடன்கூட நேரம் செலவிடமுடியாமல் போய்விடும்' என்கிறார் அந்நாட்டைச் சேர்ந்த தகவல் தொழில்நுட்பத்துறைத் தலைவர்களில் ஒருவரான கின்லி டோர்ஜி, 'நாங்கள் புதிய உலகத்துக்கோ வளர்ச்சிக்கோ எதிரானவர்கள் இல்லை.

அதேநேரம் அது எங்களைப் பின்னுக்கு இழுத்துவிடக்கூடாது என்பதில் கவனமாக இருக்கிறோம்.'

பூடானில் கிட்டத்தட்ட எழுபது சதவிகிதம் காடுகள்தான். மீதியுள்ள நிலத்திலும் பாதிக்குப் பாதிப் பூங்காக்கள், விளைநிலங்கள், பனி போர்த்திய மலைகள்!

இதனால் பூடானில் இயற்கை வளம் நன்கு நிறைந்திருக்கிறது. மழை பொய்த்துப்போச்சு, நிலம் வறண்டுபோச்சு, காற்றில் மாசு அதிகமாச்சு என்பதுபோன்ற புலம்பல்கள் அங்கு கிடையாது.

வருங்காலத்தில்கூட, மக்கள் காடுகளை அழித்து விருப்பம்போல் வீடு கட்டிவிடக்கூடாது என்பதற்காகப் பூடான் அரசாங்கம் ஒரு வழி செய்திருக்கிறது. சட்டப்படி அந்நாட்டின் நிலப்பரப்பில் குறைந்தபட்சம் 65 சதவிகிதம் காடுகளுக்காக ஒதுக்கப்பட்டிருக்கிறது.

இதேபோல் கடந்த பல ஆண்டுகளாகப் பூடான் அரசு நிறைவேற்றும் ஐந்தாண்டுத் திட்டங்கள் ஒவ்வொன்றும் GNH வளர்ச்சியையே முதன்மை நோக்கமாகக் கொண்டு உருவாக்கப்படுகின்றன. மக்களும் இதனைத் தங்களுடைய வாழ்க்கைமுறையில் ஒன்றாகப் பிணைத்துக்கொண்டுவிட்டார்கள்.

இருபது ஆண்டுகளுக்குமுன்னால் பூடான் மக்களின் சராசரி வாழ்நாள் வெறும் 19 ஆண்டுகள்தான். ஆனால் இப்போது அது அறுபது ஆண்டுகளுக்குமேல் உயர்ந்திருக்கிறது.

இதற்குக் காரணம் நல்ல மருத்துவ வசதிகள்மட்டுமில்லை. உண்மையாகவே அந்நாட்டு மக்கள் மகிழ்ச்சியாக வாழ்கிறார்கள், குடும்பத்தினருடன் அதிக நேரம் செலவிடுகிறார்கள், தனிப்பட்ட முன்னேற்றம், சுற்றுச்சூழல், அரசாங்கம், பண்பாடு, பழைய அடையாளங்கள், பழக்கவழக்கங்கள் என எல்லா விஷயங்களும் நிறைவாக அமைவதால் இயல்பாகவே அவர்களுடைய சராசரி வாழ்நாள் கூடியிருக்கிறது.

இந்த விஷயத்தில் பூடான் முழு வெற்றி அடைந்துவிட்டதாகச் சொல்லமுடியாது. இன்னும் அவர்கள் போகவேண்டிய தொலைவு நிறைய இருக்கிறது. அதே நேரம், தாங்கள் சரியான திசையில்தான் சென்றுகொண்டிருக்கிறோம் என்கிற முழு மன நிறைவு அவர்களுக்கு இருக்கிறது.

அதனால்தான் பூடான் மன்னர் தொடங்கிக் கடைசிக் குடிமகன்வரை எல்லாரும் தங்களுடைய ஏழை நாட்டைப் 'பூவுலகில் சொர்க்கம்' என்று பெருமையுடன் அழைக்கிறார்கள்!

★★★

12. ஐஸ்லாந்து : அமைதிப் பூங்கா

உலகறிந்த 'பீட்டில்ஸ்' இசைக் குழுவின் மிகப் புகழ்பெற்ற இசைக் கலைஞர் ஜான் லென்னான். சிறந்த பாடகராகமட்டுமின்றி நல்ல கவிஞராகவும் திகழ்ந்த அவருக்கு எல்லா நாடுகளிலும் மிகப் பெரிய ரசிகர் வட்டம் இருக்கிறது.

மிகச் சிறந்த இசைக் கலைஞர் என உலகப் புகழ்பெற்றுவிட்ட பின்னர், அமைதிக்கான பரப்புரை என்கிற புதிய களத்தில் இறங்கினார் ஜான் லென்னான். அதன்பிறகு, அது ஒன்றே அவருடைய வாழ்க்கை இலக்காகிவிட்டது.

போர்களைத் தவிர்க்கவேண்டும், எல்லா நாட்டு மக்களும் ஒருவர்மீது மற்றவர் எதிர்ப்பை வளர்த்துக்கொள்ளாமல் நல்லுறவுடன் வாழவேண்டும் என்று விரும்பிய ஜான் லென்னான் தன் பாடல்களின்மூலம் இந்தக் கருத்துகளை மக்களிடையில் பரப்பத் தொடங்கினார். இதற்காக உலகைச் சுற்றிவந்து பல இசை நிகழ்ச்சிகளையும் நடத்தினார் அவர்.

ஜான் லென்னானின் மனைவி பெயர் யோகோ ஒனோ. தன் கணவருடைய இசைப் பயணத்தில்மட்டுமின்றி அவருடைய அமைதிப் பரப்புரைகளிலும் துணை நின்றவர் யோகோ.

1980ம் ஆண்டு, ஜான் லென்னான் மோசமான முறையில் கொல்லப்பட்டார். இந்தத் திடீர் அதிர்ச்சி யோகோவை மிகவும் பாதித்துவிட்டது.

'உலக அமைதி' என்கிற தன மிகப் பெரிய கனவைப்பற்றி லென்னான் யோகோவிடம் நிறையப் பேசியிருக்கிறார். அந்த இலக்கு நிறைவேறுமா என்று தெரிந்துகொள்ளாமலே தன் கணவரின் வாழ்க்கை முடிந்துவிட்டதில் யோகோவுக்கு மிகவும் வருத்தம்.

இதனால், கணவர் ஜான் லென்னான் நினைவாக ஓர் அமைதிச் சின்னத்தை உருவாக்க நினைத்தார் யோகோ. இதற்குப் பொருத்தமான ஓர் இடத்தைத் தேர்ந்தெடுக்கும் பணிகள் தொடங்கின.

பல இடங்களைக் கருத்தில் கொண்டபிறகு, யோகோ தன்னுடைய தீர்மானத்தை அறிவித்தார், 'ஜான் லென்னான் நினைவு அமைதிச் சின்னம் ஐஸ்லாந்து நாட்டில் உருவாகும்.'

இதைக் கேட்டவர்களுக்கு வியப்பு. லென்னான் பிறந்து, வளர்ந்த இங்கிலாந்திலோ, அவர் பாடிப் புகழ்பெற்ற மற்ற பெரிய நாடுகளிலோ அமைதிச் சின்னத்தை உருவாக்காமல் போயும் போயும் ஐஸ்லாந்து என்கிற குட்டியூண்டு நாட்டை யோகோ தேர்ந்தெடுத்திருக்கிறாரே. ஏன்?

இந்தக் கேள்வி யோகோவிடம் கேட்கப்பட்டபோது அவர் ஒரு விநாடிகூட யோசிக்கவில்லை, தயங்கவில்லை, சட்டென்று பதில் சொன்னார், 'உலகிலேயே இந்த ஒரு நாட்டைத்தான் நான் அமைதிப் பூங்காவாக நினைக்கிறேன்! ஜான் லென்னான் அமைதிச் சின்னத்தை உருவாக்குவதற்கு இதைவிடப் பொருத்தமான ஓர் இடம் இருக்கவேமுடியாது.'

'ஐஸ்லாந்துக்கு வருகிறவர்கள் யாரும் பத்து வயது குறைந்து விட்டதுபோல் உணர்வார்கள்' என்கிறார் யோகோ, 'மாசுபடாத காற்று, தூய்மையான தண்ணீர், யாருக்கும் கெடுதல் நினைக்காத மனிதர்கள், உலகம் முழுவதும் இப்படி இருந்துவிட்டால் எவ்வளவு நன்றாக இருக்கும்!'

இது ஏதோ யோகோவின் தனிப்பட்ட கருத்து என்று நினைத்துவிடாதீர்கள். ஐஸ்லாந்தின் அமைதி விருப்பத்தை உலகமே அறியும். அதனால்தான் 'பன்னாட்டு அமைதிப் பட்டியலில்' *(Global Peace Index)* ஐஸ்லாந்துக்கு முதல் இடம் கொடுக்கப்பட்டிருக்கிறது.

பொதுவாக அமெரிக்கா, இங்கிலாந்து, மற்ற வளர்ந்த நாடுகள், இந்தியா, சீனா போன்ற வளரும் நாடுகள், அவ்வளவு ஏன், பெயர் தெரியாத குட்டிக் குட்டி நாடுகளை எடுத்துக்கொண்டால்கூட, அவர்கள் ஆண்டுதோறும் வெளியிடுகிற வரவு, செலவுத் திட்டத்தில் பெரும்பகுதியை பாதுகாப்புச் (ராணுவச்) செலவுகளுக்காகத்தான் ஒதுக்கியிருப்பார்கள். நாமாக வலியச் சென்று மற்றவர்களோடு சண்டை போடாவிட்டாலும், அவர்கள் தாக்கவந்தால் சமாளிப்பதற்குத் தெம்பு வேண்டுமில்லையா? அதற்காகத்தான்.

ஆனால், ஐஸ்லாந்து நாட்டுக்குமட்டும் சொந்தமாக ராணுவம் என்று எதுவும் கிடையாது. நாம் யார்மீதும் தாக்குதல் நடத்தாவிட்டால் அவர்கள் சொத்துக்கு ஆசைப்படாவிட்டால் மற்றவர்கள் நம்மைத் தொல்லை செய்யமாட்டார்கள் என்பது அவர்களுடைய உறுதியான நம்பிக்கை. அதனால், ராணுவத்துக்காகச் செலவிடும் தொகையை வேறு உருப்படியான வளர்ச்சிப் பணிகளுக்குப் பயன்படுத்தலாமே என்று யோசிக்கிறார்கள் அவர்கள்.

அது சரி. வெளியிலிருந்து ஆபத்து வராவிட்டாலும், உள்நாட்டுப் பிரச்னைகள், கலவரங்களை எப்படிச் சமாளிப்பது? அதற்கும் ஐஸ்லாந்து சமூகம் ஒரு நல்ல பதில் வைத்திருக்கிறது.

அடிப்படையிலேயே ஐஸ்லாந்து மக்கள் ஒருவர்மீது ஒருவர் மிகுந்த நம்பிக்கை வைக்கிறவர்கள். மற்ற மனிதர்கள் எப்போதும் தங்களுக்கு நல்லதுதான் செய்வார்கள், தீமை நினைக்கமாட்டார்கள், நாமும் அவர்களுக்கு நல்லதைமட்டுமே நினைக்கவேண்டும், யாரும் நமக்கு எதிரிகள் இல்லை என்பதுபோன்ற சிந்தனைகளைச் சின்ன வயதிலிருந்தே குழந்தைகளுக்குச் சொல்லிக்கொடுத்து வளர்க்கிறார்கள்.

இதனால், மற்ற நாடுகளுடன் ஒப்பிடுகையில் ஐஸ்லாந்தில் திருட்டு, வழிப்பறி, கொலை, கொள்ளை, மோசடி போன்ற குற்றச் செயல்கள் மிக மிகக் குறைவாகவே நிகழ்கின்றன. அந்த ஊர்ச் சிறைகளெல்லாம் பெரும்பாலும் கைதிகளைக் காணாமல் காற்று வாங்கிக்கொண்டிருப்பதுதான் வழக்கம்.

இதன் பொருள், ஐஸ்லாந்தில் எல்லாரும் மிக நல்லவர்கள் என்பது இல்லை. ஆங்காங்கு சில கெட்டவர்களும் இருக்கலாம். ஆனால் அவர்கள் தங்களுடைய கெட்ட எண்ணங்களைச்

செயலாக்கமுடியாதபடி அந்த ஊர்ச் சமூக அமைப்பும் காவல்துறையும் பார்த்துக்கொள்கின்றன.

காவல்துறை என்று சொல்கிறோமேதவிர, அது சும்மா பெயருக்குத்தான். நம் ஊரில் பத்துப் பேருக்கு ஒரு காவலர் என்று வைத்துக்கொண்டால், ஐஸ்லாந்தில் நூறு அல்லது ஆயிரம் பேருக்கு ஒரு காவலர் இருப்பார், அவ்வளவுதான்.

ஐஸ்லாந்துக் காவல்துறையினரின் எண்ணிக்கை குறைவாக இருந்தாலும் அவர்களுக்கு மக்களின் முழு ஒத்துழைப்பு கிடைக்கிறது. இதனால், அவர்கள் குற்றங்களை விரைவாகக் கண்டறிந்து தடுக்கவும், எதிர் நடவடிக்கை எடுக்கவும், மறுபடி இதுபோல் நடக்காமல் பார்த்துக்கொள்ளவும் முடிகிறது.

இங்குள்ள மக்களின் பண்பாட்டிலேயே அமைதி மனநிலை ஊறியிருப்பதால் ஐஸ்லாந்தில் மனித உரிமைகளும் நன்கு மதிக்கப்படுகின்றன. ஒருவர் தப்புச் செய்தாலும்கூட அவர்மேல் பாய்ந்து பிராண்டும் பழக்கம் கிடையாது. அவர்கள் பக்கம் ஒரு காரணம் இருக்கலாம், அதைச் சொல்லும் உரிமையை அவர்களுக்கு வழங்கவேண்டும், அவர்கள் சொல்வதைக் காது கொடுத்துக் கேட்டு, அதில் உள்ள சரியான கருத்துகளைப் புரிந்துகொள்ளவேண்டும், ஒருவேளை நம் எண்ணம் தவறு என்றால் அதை மாற்றிக்கொள்ளவேண்டும் என்று நினைக்கிற உயர்ந்த பண்பு அவர்களுடையது.

இந்த எண்ணத்தை அவர்கள் தங்களுடைய வீடு, அலுவலகம், மாவட்டம், மாநிலம், நாடு என்கிற அளவில் நிறுத்திக்கொள்வதில்லை. அக்கம்பக்கத்து நாடுகள், ஏன், எங்கோ மிகத் தொலைவில் இருக்கிற நாடுகளில்கூட ஏதாவது ஒரு சிக்கல் என்றால் கை கொடுத்து உதவவேண்டும், அங்கும் அமைதி நிலவ நம்மால் ஆனதைச் செய்யவேண்டும் என்று நினைக்கிறார்கள்.

நம் ஊரில் ஒரு தேர்தல் என்றால் அரசியல்வாதிகள் என்ன சொல்லி வாக்கு கேட்பார்கள்? இலவசத் தொலைக்காட்சி, இலவச மிதிவண்டி, இலவச ஸ்கூட்டர் என்று மக்களைச் சலுகைகளில் குளிப்பாட்டி வெற்றி பெறுவதுதான் இங்கு வழக்கம்.

ஆனால் ஐஸ்லாந்தில் தேர்தல் பரப்புரையே மிகவும் புதுமையாக இருக்கும், 'நான் ஆட்சிக்கு வந்தால் இஸ்ரேல் பாலஸ்தீனச்

சிக்கலில் தலையிட்டு அங்கு அமைதியை நிலைநாட்டுவேன், இலங்கைத் தமிழர்களின் வாழ்க்கையில் அமைதி திரும்பப் பாடுபடுவேன்...' இப்படித்தான் இந்த ஊர் அரசியல்வாதிகளின் தேர்தல் வாக்குறுதிகள் இருக்கும்.

எங்கோ இருக்கிற இஸ்ரேல், இலங்கை மக்களுக்கு என்ன நடந்தால் நமக்கு என்ன என்று ஐஸ்லாந்து மக்கள் நினைப்பது இல்லை. தங்களுடைய பிரதிநிதிகளாக வருகிறவர்கள் உலக அரங்கில் அமைதித் தூதுவர்களாக அறியப்படவேண்டும் என்பதுதான் அவர்களுடைய விருப்பம், அப்படிப்பட்ட தகுதி கொண்டவர்களைமட்டுமே முதன்மைப் பதவிகளுக்குத் தேர்ந்தெடுக்கிறார்கள்.

உலகமெங்கும் அமைதிக்கான உரையாடல் என்றாலே ஆண்கள்தான் அங்கு முதன்மையாகக் காணப்படுவார்கள். பெண்களுக்குப் பெரிய சிக்கல்களைப் பொறுமையாக அலசி ஆராய்ந்து அவிழ்க்கிற திறமை குறைவு என்றுதான் பலரும் நினைக்கிறார்கள்.

ஆனால், ஐஸ்லாந்து மக்கள் இதுபோன்ற ஆண் மையச் சிந்தனைகளுக்கு இடமளிப்பது இல்லை. அமைதி முயற்சிகளில் பெண்களும் கூடுதலாகப் பங்கேற்கவேண்டும் என்பதற்காக அவர்கள் பல்வேறு திட்டங்களை உருவாக்கிச் செயல்படுத்திவருகிறார்கள்.

'ஒரு போர், உள்நாட்டுக் கலவரம் என்று வந்துவிட்டால் அதனால் பெருமளவு பாதிக்கப்படுகிறவர்கள் பெண்களும் குழந்தைகளும்தான். அந்தப் பின்னணியில் யோசிக்கிறபோது, விரைவில் அமைதி திரும்பவேண்டும் என்கிற முனைப்பு அவர்களுக்குதான் அதிகமாக இருக்கும்' என்கிறது ஐஸ்லாந்து அரசாங்கம், 'ஆண்களுக்குப் போர் என்பது ஒரு விளையாட்டு. ஆனால் பெண்களுக்கு அது ரத்தமும் சதையுமான வாழ்க்கைப் பிரச்னை. அமைதிப் பேச்சுகளில் பெண்களின் பங்களிப்பு கூடுகிறபோதுதான் இருதரப்பினரும் ஒப்புக்கொள்ளும்படியான நல்ல தீர்வுகள் விரைவாக எட்டப்படும்.'

இந்த நோக்கத்துடன் தன் குடிமக்களுக்கு, குறிப்பாகப் பெண்களுக்கு விரிவான 'அமைதிப் பயிற்சி' வழங்குகிறது ஐஸ்லாந்து அரசு. இங்கு பன்னாட்டுச் சிக்கல்களைப்பற்றியும் அவற்றைத் தீர்ப்பதற்கு

முயற்சி செய்துகொண்டிருக்கும் அமைப்புகள், நிறுவனங்கள், அமைதி முயற்சியில் ஏற்படக்கூடிய சிக்கல்கள், முட்டுக்கட்டைகள், அவற்றைத் தவிர்க்கும் முறைகளைப் பற்றியும் விளக்கமாகச் சொல்லித்தருகிறார்கள்.

ஐஸ்லாந்தில் செயல்பட்டுவரும் *'MFIK'* என்கிற மிகப் பழைமையான பெண்கள் கூட்டமைப்பு அந்நாட்டின் பண்பாடு, அமைதியைப் பாதுகாக்கப் போராடி வருகிறது. இந்த அமைப்பின் மிக முதன்மையான நோக்கங்கள், உலக அமைதி, படைக்கருவிகளை ஒழிப்பது, மனித உரிமைகளைப் பாதுகாப்பது, பெண்கள், குழந்தைகளின் நலனை உறுதி செய்வது.

ஆனால், அமைதி என்பது வெறுமனே போரைத் தவிர்ப்பது மட்டும்தானா? ஐஸ்லாந்தில் அந்தச் சொல்லுக்கு வேறு சில பொருள்களும் உண்டு: சுற்றுச் சூழலைப் பராமரிப்பது, பூமியை மாசுபடுத்தாமல் அதன் வளங்களை அழிக்காமல் பொறுப்பாகச் செயல்படுவது.

இது என்ன? சுற்றுச்சூழல் பராமரிப்புக்கும் அமைதிக்கும் என்ன தொடர்பு?

இன்றைக்கு உலகில் நடக்கிற பெரும்பாலான சண்டைகள் எதனால் என்று பார்த்தால், கச்சா எண்ணெய், பெட்ரோல், டீசல்தான் முன்னால் வந்து நிற்கும்! இந்த வளங்களை ஏராளமாக வைத்திருக்கும் நாடுகளின்மீதுதான் மற்றவர்களுடைய பொறாமைக் கண்கள் அழுத்தமாக விழுகின்றன, அது பல உரசல்களுக்கு வழி வகுக்கிறது.

ஆனால், எண்ணெய்க் கிணறு என்ன வற்றாத அமுதசுரபியா? இந்தப் பெட்ரோலும் டீசலும் ரொம்பக் காலத்துக்கு ஊறிக்கொண்டிருக்கப்போதில்லை. இப்படியே தொடர்ந்து பயன்படுத்திக்கொண்டிருந்தால் இன்னும் சில ஆண்டுகளில் அத்தனையும் தீர்ந்து போய்விடும். அதன்பிறகு நாம் என்ன செய்வது?

அதுமட்டுமில்லை. பெட்ரோல், டீசல் போன்ற எரிபொருள்களைப் பயன்படுத்தும் வண்டிகள், மற்ற கருவிகள், இயந்திரங்கள் காற்றை மாசுபடுத்துகின்றன. அதன்மூலம் பூமி சூடேறுகிறது, கண்ட நேரத்தில் கொளுத்தும் வெய்யில், கண்ட நேரத்தில் பெருமழை

என்று காலநிலை கெட்டுப்போகிறது, இன்னும் பல சிக்கல்கள் புதிதுபுதிதாக முளைத்துக்கொண்டிருக்கின்றன.

இங்குதான் மற்ற நாடுகளில் இருந்து ஐஸ்லாந்து வேறுபடுகிறது. அவர்கள் பெட்ரோல், டீசல் போன்ற கார்பன் அடிப்படையிலான எரிபொருள்களைமட்டும் நம்பிக்கொண்டிருக்காமல், பூமியைக் காயப்படுத்தாத பலவிதமான மாற்று எரிபொருட்களை ஏற்கெனவே சிந்தித்துச் செயல்படுத்தத் தொடங்கிவிட்டார்கள்.

இதனால், இன்றைக்குமட்டுமில்லை, நாளைக்கும், இனி எப்போதும் எரிபொருளுக்காக ஐஸ்லாந்து யாரையும் நம்பியிருக்கவேண்டிய தேவை இல்லை. அது தீர்ந்துபோய்விடுமோ என்று அச்சப்படவேண்டியதில்லை. அதற்காக அடுத்தவர்களோடு சண்டை போடவேண்டியதில்லை.

இதையெல்லாம்விடப் பெரிய விஷயம், பூமியின் வளங்களைப் பொறுப்போடு பயன்படுத்துகிறோம் என்கிற மன நிறைவு அந்நாட்டு மக்கள் ஒவ்வொருவருக்கும் இருக்கிறது. இந்த விஷயத்தில் ஐஸ்லாந்தின் கடமை உணர்ச்சியை நோபல் குழுவினர் குறிப்பிட்டுப் பாராட்டியுள்ளார்கள், 'இதுவும் ஒரு முதன்மையான அமைதிச் சேவைதான்' என்று புகழ்ந்துள்ளார்கள்.

சண்டைகள், மோதல்கள் இல்லாத சமூகம், அக்கம்பக்கத்து நாடுகளைப் பிடித்துக்கொள்ளவேண்டும் என்கிற ஆசை இல்லாத உலகம், மாசுபடாத காற்று, தண்ணீர், பூமியைத் துன்புறுத்தாமல் அதன் வளங்களை அளவாகப் பயன்படுத்திக்கொள்ளுகிற அக்கறை... இவை அனைத்தும் ஒன்றாகச் சேர்ந்தால் ஐஸ்லாந்துச் சமூகம் ரொம்பக் காலமாகக் கனவு காணும் 'உலக அமைதி' கிடைத்துவிடும். அந்த நம்பிக்கையோடுதான் அங்குள்ள குடிமக்கள் ஒவ்வொருவரும் தனிப்பட்ட அமைதித் தூதுவர்களாகவே செயல்பட்டுக்கொண்டிருக்கிறார்கள்.

ஐஸ்லாந்தில் அமைந்துள்ள மிகப் பெரிய ஜான் லென்னான் நினைவுச் சின்னம் ஒவ்வொரு நாளும் இந்தச் செய்தியை உரக்கச் சொல்லிக்கொண்டிருக்கிறது. அந்நாட்டுக்கு வருகிறவர்களின் பெரும்பாலானோர் இந்த அமைதி அடையாளத்தின்முன் நெகிழ்ந்து நிற்கிறார்கள், அமைதியான உலகைக் கனவு காண்கிறார்கள்.

பெயரில் மட்டுமில்லை, இந்த நினைவுச் சின்னத்தின் ஒவ்வோர்

அணுவிலும் அமைதி நிறைந்திருக்கிறது. அதனுள் நுழையும்போதே மனத்தில் ஓர் இனம் புரியாத நிறைவும் அமைதி உணர்வும் பரவுவதாகச் சுற்றுலாப் பயணிகள் உருகுகிறார்கள், 'அதன்பிறகு யாரையும் நம்மால் எதிரிகளாக நினைக்கமுடியாது, யார்மேலும் சினம் வராது' என்று உறுதியாகச் சொல்கிறார்கள்.

இந்த அமைதிச் சின்னத்தில் இருபத்து நான்கு உலக மொழிகளில், '*Imagine Peace*' என்கிற சொற்றொடர் எழுதப்பட்டிருக்கிறது. ஜான் லென்னானின் புகழ்பெற்ற பாடல் வரி அது:

'இந்த உலகத்தில் உள்ள மக்கள் எல்லாரும்

அமைதியான ஒரு வாழ்க்கையை அனுபவிப்பதாகக்

கற்பனை செய்து பாருங்கள்,

எப்பேர்ப்பட்ட மகிழ்ச்சி அது!'

★★★

13. சிங்கப்பூர் : நம்மால் முடியும்

நம்முடைய இந்தியத் தலைநகரமான தில்லியைவிடக் கொஞ்சமே கொஞ்சம் பெரிய ஊர் அது. ஆனால், அந்த ஒற்றை ஊர்தான் சிங்கப்பூர் என்கிற மொத்த நாடும்.

உலக வரைபடத்தில் சிங்கப்பூரைத் தேடுகிறவர்களுக்குக் கண்டிப்பாக ஓர் உருப்பெருக்கு கண்ணாடி தேவைப்படும். ரொம்பச் சிரமப்பட்டுத் தேடியபிறகு எங்கோ ஒரு மூலையில் இத்தனூண்டு கடுகு அளவு புள்ளி ஒன்றின் அருகில் 'சிங்கப்பூர்' என்று எழுதியிருப்பதைப் பார்க்கலாம். அந்தச் சின்னப் புள்ளிதான் இன்றைக்கு உலக அரங்கில் மிகப் பெரிய புள்ளியாகத் தலை நிமிர்ந்து நிற்கிற ஒரு நாடாக இருக்கிறது.

சின்னஞ்சிறிய நாடு. கொஞ்சம் விரைவாக வண்டியை ஓட்டினால் இந்த முனையிலிருந்து அந்த முனைக்குப் போய்த் திரும்புவதற்குச் சில மணி நேரங்கள்தான் ஆகும். அத்தனை சிறிய நாடு உலக அரங்கில் தனக்கென்று ஒரு தனி இடத்தைப் பிடித்துக்கொண்டிருப்பது எப்படி? வளர்ந்த நாடுகள், வளரும் நாடுகள் என்று எல்லாரும் சிங்கப்பூரை அண்ணாந்து பார்த்து 'நாமும் ஒருநாள் அதுபோல் வளரமுடியுமா?' என்று வியக்கிற நிலை எப்படி ஏற்பட்டது?

இந்தக் கேள்விக்கான பதிலைத் தேடி நாம் அதிகத் தொலைவுக்குப் போகவேண்டியதில்லை. சிங்கப்பூர் மக்களைக் கொஞ்சம் கூர்ந்து

கவனித்தாலே போதும். அவர்கள் இத்தனை பெரிய உயரங்களுக்கு வந்திருப்பது ஏன் என்று தெளிவாகப் புரிந்துவிடும்.

முதலில், 'சிங்கப்பூர் மக்கள்' என்று எந்த ஒரு குழுவினரையும் குறிப்பிட்டுச் சொல்லமுடியாது. இங்கு சீனர்கள் நிறைய பேர் இருக்கிறார்கள். மலாய் இனத்தைச் சேர்ந்தவர்கள் இருக்கிறார்கள். தமிழர்கள் உண்டு. இன்னும் மற்ற மொழி பேசுகிறவர்கள், பிற நாடுகளில் இருந்து குடியேறியவர்கள் எல்லாரும் அந்தக் குட்டியூண்டு நகரத்து(நாட்டு)க்குள் சேர்ந்து வாழ்கிறார்கள்.

அது சரி, நம் இந்தியாவிலும்தான் முப்பது, நாற்பது மொழிகள், நிறையச் சாதிகள், இனங்கள், பழக்கவழக்கங்கள் இருக்கின்றன. ஆனால் நம்மால் சிங்கப்பூர் அளவுக்கு வளரமுடியவில்லையே.

காரணம் இருக்கிறது. இந்தியா, சிங்கப்பூர் இரண்டுமே ஒருகாலத்தில் பிரிட்டனிடம் அடிமைப்பட்டுக் கிடந்த நாடுகள்தான். ஆனால், இந்தியாவுக்கு விடுதலை கிடைத்தபோது, அதுவரை வெள்ளையர்கள் எவ்வளவோ கஷ்டப்பட்டுச் சுரண்டியும்கூட நம்மிடம் நிறைய வளங்கள் மீதியிருந்தன, அவற்றைப் பயன்படுத்தி நம்மால் பிழைத்துக்கொள்ளமுடியும் என்கிற நம்பிக்கையும் நம்மிடம் இருந்தது.

ஆனால், சிங்கப்பூர் அப்படி இல்லை. அவர்களுக்கு முறைப்படி விடுதலை கிடைத்தபோது, அந்த ஊர் ஒரு மிகப் பெரிய தரிசு நிலம். அவ்வளவுதான்!

இன்னும் சரியாகச் சொல்வதென்றால், சிங்கப்பூருக்குக் கிடைத்தது விடுதலையே இல்லை, அவர்கள்மீது வீசப்பட்ட ஒரு பெரிய துன்பம், அல்லது சவால். அப்படித்தான் அன்றைய நிலைமை இருந்தது.

குழப்புகிறதா? கொஞ்சம் புரியும்படி பார்க்கலாம்.

இந்தியாவுக்கு விடுதலை கிடைத்துப் பதினாறு ஆண்டுகள் கழித்து 1963 ஆகஸ்டில் சிங்கப்பூருக்கு விடுதலை வழங்கியது பிரிட்டிஷ் அரசாங்கம். ஆனால், சிங்கப்பூர் விடுதலை பெற்ற நாடாகத் தனியாக இல்லாமல் மலேசியாவுடன் இணைந்திருந்தது.

இரண்டு ஆண்டுகள் கழித்து, 1965 ஆகஸ்டில் மலேசியா திடுதிப்பென்று ஒரு தீர்மானத்தை எடுத்தது, 'இனிமேல் இந்தச்

சிங்கப்பூர் எங்களுக்கு வேண்டாம். நீங்கள் தனியாகப் போய் ஏதாவது செய்துகொள்ளுங்கள். எங்களுக்கு அதைப்பற்றி எந்த அக்கறையும் இல்லை.'

மலேசியா சிங்கப்பூரை வெளியில் துரத்த ஆயிரம் காரணங்கள் உண்டு. அவை நமக்குத் தேவையில்லை. இதன்மூலம் திடீர் விடுதலை(?) பெற்ற சிங்கப்பூர் மக்கள் எப்படித் திகைத்துப் போனார்கள் என்பதைத்தான் நாம் கவனிக்கவேண்டும்.

ஏனெனில், அதுவரை அவர்கள் தனித்து இயங்குவதைப்பற்றிக் கற்பனைகூடச் செய்து பார்த்தது கிடையாது. சாப்பாடு, துணிமணியில் தொடங்கி, பாதுகாப்புவரை அனைத்துக்கும் சிங்கப்பூர் மலேசியாவைதான் சார்ந்திருந்தது.

ஆனால் இப்போது, மலேசியா கதவை இழுத்துச் சாத்திவிட்டது, 'இனிமேல் நாங்கள் உங்களுக்கு எந்த உதவியும் செய்யமுடியாது. நீங்களாக எப்படியாவது பிழைத்துக்கொள்ளுங்கள்' என்று பொதுவில் அறிவித்துவிட்டார்கள்.

தந்தை, தாய் ஆதரவில் வளர்ந்துகொண்டிருந்த ஒரு சின்னப் பையன் திடீரென்று ஒருநாள் வெளியேற்றப்பட்டால் என்ன செய்வான்? உலகம் புரியாமல், படிப்பும் போதாமல், கையில் வேலை எதுவும் இல்லாமல், அடுத்த வேளைச் சாப்பாட்டுக்கு என்ன வழி என்று தெரியாமல் தடுமாறிப்போகமாட்டானா?

அன்றைக்குச் சிங்கப்பூர் அப்படிதான் தடுமாறியது. தலைவர்கள் தொடங்கிப் பொதுமக்கள்வரை எல்லாருக்கும் ஒரே குழப்பம், 'அடுத்து நாம் என்ன செய்யப்போகிறோம்?'

முதல் சிக்கல், சிங்கப்பூருக்கென்று அப்போது தனியாகப் படை எதுவும் இல்லை. இப்படி மலேசியாவிலிருந்து அவர்கள் கழற்றிவிடப்பட்ட தகவல் தெரிந்தால் அக்கம்பக்கத்தில் இருக்கும் பெரியண்ணன்களில் யாராவது படையெடுத்து வந்து சிங்கப்பூரைச் சுருட்டிக்கொண்டுவிடமாட்டார்களா?

அந்த ஆபத்தைத் தவிர்ப்பதற்காகச் சிங்கப்பூர் மக்கள் கடமையைக் கையில் எடுத்துக்கொண்டார்கள், 'முதலில் நம்மை நாமே பாதுகாத்துக்கொள்ளவேண்டும். கவலைப்படாதீர்கள். நம்மால் முடியும்!'

உடனடியாக, நாட்டில் இருந்த அத்தனை ஆண்களும் ராணுவத்தில் சேர்ந்தார்கள். படித்தவர், படிக்காதவர், ஏழை, பணக்காரர், இந்த மதம், அந்த மதம், தமிழ் பேசுகிறவர், சீன மொழிக்காரர் என்கிற பாகுபாடுகளையெல்லாம் மறந்து எல்லாரும் ஒன்றாக உடற்பயிற்சியைப் பழகினார்கள், துப்பாக்கி தூக்கினார்கள்.

இந்த மக்கள் ராணுவம்தான் சிங்கப்பூரர்களின் ஒற்றுமை, தன்னம்பிக்கைக்கு முதல் விதை போட்டது. அதுவரை நீ வேறு, நான் வேறு என்று விலகியிருந்தவர்கள்கூட 'நாம் எல்லாரும் நாட்டுக்காக ஒருங்கிணைவது கட்டாயம்' என்று நேரடியாகப் புரிந்துகொண்டார்கள்.

இன்றைக்கும் சிங்கப்பூர் இளைஞர்களுக்கு ராணுவம்தான் முதல் வாழ்க்கைப் பாடத்தைக் கற்றுக்கொடுக்கிறது. அங்கு பழகிக்கொண்ட பாடங்களைத்தான் அவர்கள் பல துறைகளில் தன்னம்பிக்கையோடு நிரூபித்துக் காட்டி ஜெயிக்கிறார்கள்.

ராணுவப் பயிற்சி பெற்ற சிங்கப்பூர் மக்கள் அதன்பிறகு தங்களுடைய வழக்கமான பணிகளுக்குத் திரும்பிவிடுவார்கள். ஆனால் நாளைக்கே நாட்டின் பாதுகாப்புக்கு ஏதாவது ஒரு சிக்கல் என்றால் அவர்கள் உடனடியாகத் துப்பாக்கி தூக்க ஆயத்தமாக இருப்பார்கள்.

இப்படி ஒரு பிரமாதமான மக்கள் படையை உருவாக்கியதும் சிங்கப்பூரின் முதல் தொல்லை தீர்ந்தது. அவர்கள் தங்களுடைய பாதுகாப்பைப் பலப்படுத்திக்கொண்டாகிவிட்டது. அடுத்தது?

ஒரு நாட்டின் வளர்ச்சிக்கு வெறும் ராணுவம்மட்டும் போதாது. தொழில்துறை வளர்ச்சி வேண்டும், முதலீடுகள், உற்பத்தி, ஏற்றுமதிக் கணக்குகள், பொருளாதார நிலைமை போன்றவற்றை வைத்துத்தான் உலக அரங்கில் அதன் இடம் தீர்மானிக்கப்படுகிறது.

ஆனால், அன்றைக்குச் சிங்கப்பூரில் தொழில்துறை என்று எதுவுமே இல்லை. இத்தனை ஆண்டுகளாக மலேசியத் தொழிற்சாலைகளில், அலுவலகங்களில் வேலை செய்து சம்பாதித்துக்கொண்டிருந்த சிங்கப்பூரர்கள் இப்போது திடீரென்று அந்த இணைப்பு துண்டிக்கப் பட்டதும் என்ன செய்வது என்று புரியாமல் தவித்தார்கள்.

போதாக்குறைக்கு, அதுவரை சிங்கப்பூரில் இயங்கிக்கொண்டிருந்த பிரிட்டிஷ் படைகள் இப்போது அங்கிருந்து விலக ஆரம்பித்தன.

இந்தப் படைகளை நம்பிப் பிழைத்துக்கொண்டிருந்த பல ஆயிரம் மக்கள் திடீரென்று வேலை இழந்தார்கள். அவர்களுடைய குடும்பங்கள் நடுத்தெருவில் நின்றன.

சிங்கப்பூர்த் தலைவர்கள் கன்னத்தில் கை வைத்துக்கொண்டு உட்கார்ந்துவிட்டார்கள். இன்னும் கொஞ்ச நாளில் மொத்த நாடும் கவிழ்ந்துவிடும்போலிருக்கிறதே. என்ன செய்வது?

இப்படி அவர்கள் கவலைப்பட்டுக்கொண்டிருந்த நேரம், ஆசியாவில் சில அரசியல் மாற்றங்கள். அதனால், வேறு நாடுகளுக்குச் செல்லவேண்டிய சில முதலீடுகள் சிங்கப்பூரைத் தேடி வந்தன.

என்ன வாய்ப்பு? எவ்வளவு முதலீடு? அதற்கு நாம் என்ன செய்யவேண்டும்? அதற்குத் தேவையான திறமைகள் நம்மிடம் உண்டா?... சிங்கப்பூர் மக்கள் எந்தக் கேள்வியும் கேட்கவில்லை. 'வருக, வருக' என்று இந்த வெளிநாட்டு எலக்ட்ரானிக்ஸ் நிறுவனங்களுக்குத் தங்களுடைய கதவுகளை அகலத் திறந்துவைத்தார்கள்.

ஏனெனில், அப்போதைய சிங்கப்பூர் அரசிடம் சொந்தமாகப் பெரிய தொழில்கள் தொடங்கி ஏராளமான மக்களுக்கு வேலை வாய்ப்பு தருகிற அளவுக்கு வசதி இல்லை. இந்த வெளிநாட்டுக்காரர்களின்மூலமாவது அது நிறைவேறாதா என்பது அவர்களுடைய எண்ணம்.

அதேபோல், வேறு ஏதோ காரணத்தால் சிங்கப்பூரைத் தேடி வந்த இந்த மேற்கத்திய நிறுவனங்களுக்கும் அங்கிருந்த சூழல் மிகவும் பிடித்திருந்தது. இந்த ஊரில் எல்லாமே மலிவாகக் கிடைக்கின்றன. அரசாங்கம் வேண்டிய வசதிகளெல்லாம் செய்து தருகிறது. வரியும் குறைவு. மக்களும் கடுமையாக உழைக்கிறார்கள். நாம் ஏன் இவர்களை நன்றாகப் பயன்படுத்திக்கொள்ளக்கூடாது என்று அவர்கள் சிந்தித்தார்கள்.

ஆனால், அவர்கள் கவனிக்க மறந்த விஷயம், சிங்கப்பூர் மக்கள் வெறும் சம்பளக் கூலிகளாக இந்த நிறுவனங்களில் தஞ்சம் அடையவில்லை. தாங்கள் வேலை செய்கிற நிறுவனத்துக்கு உண்மையாக உழைத்துக்கொண்டே இன்னொருபக்கம் தொழில் பழகவேண்டும், நிர்வாகம் பழகவேண்டும், அயல்நாட்டு வர்த்தகம் பழகவேண்டும் என்றெல்லாம் அவர்கள் பல திட்டங்களை வைத்திருந்தார்கள்.

இத்தனைக்கும் அப்போது அவர்களுக்கு எலக்ட்ரானிக்ஸ் துறையின் அடிப்படைகூடத் தெரியாது. ஆனால், நம்மால் முடியாதது எதுவும் இல்லை என்கிற தன்னம்பிக்கை அவர்களை இன்னும் கடுமையாக உழைக்கத் தூண்டியது, ஆங்கிலம்முதல் பன்னாட்டுத் தொழில்முறைவரை அனைத்தையும் கற்றுக்கொள்வதற்கான உந்துதலைக் கொடுத்தது.

அடுத்த பத்து ஆண்டுகளில் சிங்கப்பூர் நாடு மொத்தமும் தொழில்துறையில் ஆனா, ஆவன்னா, ஒன்றாம் வகுப்பு, இரண்டாம் வகுப்பு என்று முன்னேறியது. தொடக்கத்தில் மற்ற நாடுகளின் திட்டங்களை நிறைவேற்றியவர்கள் படிப்படியாகத் தங்களுடைய திறமைகளை வளர்த்துக்கொண்டு, உள்ளூர்த் தொழில்களுக்கு அதிக முதன்மைத்துவம் கொடுத்து, உலக அரங்கில் 'எலக்ட்ரானிக்ஸ் என்றால் சிங்கப்பூர்தான்' என்று நல்ல பெயர் வாங்கிவிட்டார்கள்.

இதற்குள் சிங்கப்பூர் அரசாங்கமும் நன்கு அழுத்தமாகக் காலூன்றியிருந்தது. அடுத்து நாம் எந்தத் துறையில் இறங்கலாம் என்று இவர்கள் நன்கு சிந்தித்துத் திட்டங்களை உருவாக்க, இதற்கென்று வரிசையாகப் பல சிங்கப்பூர் அரசு நிறுவனங்கள் தொடங்கப்பட்டன.

நம் ஊரில் அரசாங்க நிறுவனம் என்றாலே மக்கள் நலன்தான் முதல் நோக்கம். லாபமெல்லாம் அதன்பிறகுதான்.

ஆனால், சிங்கப்பூர் அரசு நிறுவனங்கள் கொஞ்சம் வித்தியாசமானவை. அங்கும் மக்கள் நலன் முக்கியம்தான். ஆனால் அதற்காக லாபத்தைக் கோட்டை விடமாட்டார்கள்.

எடுத்துக்காட்டாக, 'சிங்கப்பூர் ஏர்லைன்ஸ்' விமானச் சேவை நிறுவனம் தொடங்கப்பட்டபோது அந்நாட்டின் பிரதமர் தெளிவாகச் சொல்லிவிட்டார், 'லாபம் சம்பாதிப்பதற்காகத்தான் இந்த நிறுவனத்தைத் தொடங்குகிறோம். ஒருவேளை நஷ்டம் ஏற்பட்டால் ஈவு, இரக்கம் பார்க்காமல் உடனடியாக இழுத்து மூடிவிடுவோம். அதை நினைவில் வைத்துக்கொண்டு செயல்படுங்கள்!'

அன்றைக்கும் சரி, இன்றைக்கும் சரி, உலகத்திலேயே போட்டி மிக மிகக் கூடுதலான, லாபம் உறுதியில்லாத தொழில் விமானச் சேவைத்துறைதான். அதனால், கத்துக்குட்டிகளான சிங்கப்பூர்

ஏர்லைன்ஸால் அங்கு வெல்லமுடியுமா என்று பலருக்கு ஐயம் இருந்தது.

ஆனால், வழக்கம்போல் சிங்கப்பூரர்கள் ‘நம்மால் முடியும்’ என்கிற தன்னம்பிக்கையோடு களத்தில் குதித்தார்கள். பல புதுமையான திட்டங்கள், அதற்குமுன் யாரும் யோசித்திருக்காத சேவை உத்திகளின்மூலம் சிங்கப்பூர் ஏர்லைன்ஸ் உலகின் முன்னணி விமான நிறுவனங்களில் ஒன்றாக வளர்ந்தது.

‘சிங்கப்பூர் ஏர்லைன்ஸ்’ மட்டுமல்ல, அந்நாட்டின் பெரும்பாலான துறைகளில் தனியார் நிறுவனங்கள் ஈடுபட்டிருந்தாலும்கூட, இப்போதும் அங்கு அரசு நிறுவனங்கள்தான் பெரிய அளவில் வெற்றிக்கொடி நாட்டிவருகின்றன. லாபத்துக்கு லாபம், வளர்ச்சிக்கு வளர்ச்சி, ஒரே கல்லில் இரண்டு மாங்காய்!

ஆனால் அதேநேரம், மற்ற சில நாடுகளைப்போல் சிங்கப்பூரில் அரசு ஊழியர்கள் கால் மேல் கால் போட்டுக்கொண்டு நேரத்தை வீணடிப்பது கிடையாது. அவர்கள் ஒரே நேரத்தில் சேவை மனப்பான்மையோடும் போட்டி மனப்பான்மையோடு சுறுசுறுப்பாக வேலை செய்தாகவேண்டும். சிங்கப்பூரில் சும்மா உட்கார்ந்திருப்பவர்கள், இது முடியுமா, இது நமக்குத் தேவையா என்றெல்லாம் யோசித்துத் தயங்கி நிற்பவர்கள் பிழைக்கமுடியாது, அது எந்தத் துறையாக இருந்தாலும் சரி!

இதனால், சிங்கப்பூர்ப் பள்ளிகளில் குழந்தைகளுக்கு ஆனா ஆவன்னா சொல்லித்தரும்போதே தன்னம்பிக்கையை வளர்ப்பதற்கான பாடங்களையும் தொடங்கிவிடுகிறார்கள். தேர்வு, மதிப்பெண், தர வரிசையையெல்லாம் தாண்டி உண்மையான உலகத்தில் வெல்லுவதற்கு எதார்த்தமாக என்ன தெரிந்திருக்கவேண்டும் என்பதில் கூடுதல் கவனம் செலுத்துகிறார்கள்.

சிங்கப்பூர் மக்களின் தன்னம்பிக்கைக்கு ஒரு மிகப் பெரிய எடுத்துக்காட்டு, அந்த நாட்டில் வாடகைக்குக் குடியிருப்பவர்கள் எண்ணிக்கை மிக மிகக் குறைவு. பெரும்பாலானோர் சொந்த வீட்டில்தான் வசிக்கிறார்கள்.

தொடக்கத்தில் சிங்கப்பூர் அரசாங்கம் வீடுகளைக் கட்டி மக்களின் பயன்பாட்டுக்குத் தரத் திட்டமிட்டிருந்தது. ஆனால், அப்படி வீடுகளை ‘வழங்கி’னால் அவர்களுக்கு அது

தங்களுடைய வீடு என்கிற அக்கறை வராது, அவற்றைச் சரியாகப் பராமரிக்கமாட்டார்கள்.

அதனால், அதே வீடுகளை நீண்ட காலக் கடனில் மக்கள் வாங்கிக்கொள்ளலாம் என்று அறிவித்தது அரசாங்கம். வழக்கம்போல் சிங்கப்பூர் மக்களின் தன்னம்பிக்கை இந்தத் திட்டத்தையும் வெற்றிபெறச் செய்தது. இன்றைக்குப் பெரும்பாலான சிங்கப்பூரர்கள் சொந்த வீட்டில் மகிழ்ச்சியோடு வாழ்கிறார்கள்.

இப்படி இன்னும் எத்தனையோ எடுத்துக்காட்டுகளை அடுக்கிக்கொண்டே போகலாம். 'இத்தனூண்டு நாட்டில் வாழ்ந்தாலும் நாங்கள் யாருக்கும் குறைச்சல் இல்லை. எங்களால் எதுவும் முடியும்' என்கிற தன்னம்பிக்கைதான் சிங்கப்பூர் நாட்டை இத்தனை தொலைவுக்குச் செலுத்திவந்திருக்கிறது, இனிமேலும் அதுதான் அவர்களுடைய அதிவிரைவான வளர்ச்சிக்கு ஆக்ஸிஜனாக இருக்கப்போகிறது!

★★★

14. கியூபா : நலம் நிறைந்த வாழ்க்கை

இன்றைக்கு ஒரு நடுத்தரக் குடும்பத்தின் மிகப்பெரிய அச்சம் என்ன?

சாப்பாடு, ஆடைகள், இருப்பிடம் ஆகியவைதான் மனிதர்களின் அடிப்படைத் தேவைகள் என்று பாடப் புத்தகங்களில் படித்திருக்கிறோம். ஆனால், இவற்றைப் பெற்றுவிட்டபிறகு மக்களைக் கூடுதலாக அச்சுறுத்தக்கூடிய அடுத்த, மிகப் பெரிய தேவை, மருத்துவம்!

'நோயற்ற வாழ்வே குறைவற்ற செல்வம்' என்கிற பழமொழிக்கு இப்போது ஒரு புதிய பொருள் வந்திருக்கிறது. உடம்புக்கு நோய் ஏதாவது வந்து மருத்துவமனை வாசலில் போய் நின்றீர்களென்றால் இருக்கிற செல்வமெல்லாம் தீர்ந்துவிடும் என்பதுதான் நிலைமை.

இந்தியாவில்மட்டுமில்லை, அமெரிக்கா, இங்கிலாந்து, சீனா, இன்னும் வளர்ந்த, வளரும் நாடுகள் எங்கு சென்றாலும் இந்தச் சிக்கல் இருக்கிறது. உலகம்முழுக்க மருத்துவத்துக்குச் செலவழிக்கமுடியாமல் வலியோடு, வேதனையோடு வாழ்கிறவர்கள், அப்படியே போய்ச் சேர்ந்துவிடுகிறவர்கள் பல கோடிப் பேர்.

மருத்துவம் வியாபாரமாகிவிட்ட இன்றைய சூழ்நிலையில், உடல் நலம் என்பது ஒரு மனிதனின் அடிப்படை உரிமை, காசு இல்லை என்கிற காரணத்துக்காக யாரும் நோய்களால் துன்பப்படக்கூடாது

என்று கருதுகிற, நோயற்ற உலகத்தை உருவாக்க நினைக்கிற ஒரு சமூகம், அரசாங்கம் இருக்கிறது, தெரியுமா?

உலக வரைபடத்தில் அமெரிக்காவுக்கு வலப்பக்க மூலையில் ஒரு குட்டித் தீவு, அதன் பெயர் கியூபா.

அமெரிக்காவைப் பொறுத்தவரை கியூபா என்பது நரகத்தைவிட மோசமான நாடு. ஒரு பொதுவுடைமைச் (கம்யூனிஸ்ட்) சர்வாதிகாரியின் ஆட்சியில் அங்குள்ள மக்களெல்லாம் துன்பப் பட்டுக்கொண்டிருக்கிறார்கள், யாராவது ஒரு கடவுள் வந்து தங்களை விடுவித்துவிடமாட்டாரா என்று ஏங்கித் தவித்துக் கொண்டிருக்கிறார்கள்.

அத்தனை பெரிய அமெரிக்கா அத்தனூண்டு கியூபாவைத் தனக்கு எதிரியாக நினைக்கிறது என்றால் அது நகைச்சுவையான விஷயம்தான். இன்றைக்கும் ஏதாவது சதி செய்து கியூபாவைக் கவிழ்த்துவிடமுடியாதா என்பதுதான் அவர்களுடைய வெளிப்படையான ஆசை.

அமெரிக்கா சொல்வதுபோல் கியூபாவில் உள்ள மக்களிடம் பணம் அவ்வளவாக இல்லை என்பது உண்மைதான். ஆனால், அவர்களிடம் ஏராளமாக இருக்கும் ஒரு விஷயம், நலம்.

இதற்குக் காரணம், பல ஆண்டுகளுக்குமுன் அங்கு புரட்சி செய்து ஆட்சியைப் பிடித்த பொதுவுடைமைச் சிங்கம் ஃபிடல் காஸ்ட்ரோ. 'ஒவ்வொரு மனிதனுக்கும் நலமான வாழ்க்கையைப் பெறுகிற உரிமை உண்டு. மக்கள் நோயில்லாமல் அதிக நாள் மகிழ்ச்சியாக வாழ்ந்தால்தான் சமுதாயத்துக்கு நல்லது' என்பது அவருடைய கொள்கை.

இந்தக் கனவை உண்மையாக்கும் நோக்கத்துடன்தான் கியூபாவில் மிகச் சிறப்பான மருத்துவ வசதிகள் ஏற்படுத்தப்பட்டிருக்கின்றன. நவீன கருவிகள், அனைத்து வசதிகளுடன் கூடிய மருத்துவமனைகளில் எல்லாத் தரப்பு மக்களுக்கும் சிகிச்சைகள் இலவசமாகவே அளிக்கப்படுகின்றன.

கியூபாவில் யாருக்காவது உடம்பு சரியில்லை என்றால், அது வழக்கமான தலைவலி, சளியாக இருந்தாலும் சரி, உயிருக்குச் சிக்கல் உண்டாக்கக்கூடிய பெரிய நோயானாலும் சரி, நேராகப்

பக்கத்தில் இருக்கிற மருத்துவமனைக்குப் போய்த் தன்னுடைய சிக்கலைச் சொல்லிச் சிகிச்சை எடுத்துக்கொள்ளலாம்.

அங்குள்ள மருத்துவமனைகளில் வருகிறவர்களுடைய பணப்பையைப் பரிசோதித்துவிட்டுச் சிகிச்சை கொடுக்கிற பழக்கம் இல்லை, அவர்கள் எத்தனை ரூபாய்க்கு மருத்துவக் காப்பீடு *(Medical Insurance)* எடுத்திருக்கிறார்கள் என்பதைக் கேட்டுத் தெரிந்துகொண்டு அதற்கேற்பச் சிகிச்சையை மாற்றிக் காசு பிடுங்குவது கிடையாது, காப்பீடு இல்லாத ஏழைகள் மொத்தக் கட்டணத்தையும் முன்கூட்டியே செலுத்தினால்தான் சிகிச்சையைத் தொடங்குவோம் என்றெல்லாம் பிடிவாதம் பிடிக்கமாட்டார்கள்.

ஏனெனில், 'உயிர் என்பது அனைவருக்கும் பொதுவானது. எல்லாருடைய உயிருக்கும் சம மதிப்பு உண்டு' என்பதுதான் கியூப மருத்துவர்களின் நம்பிக்கை. அதனால், இங்குள்ள மருத்துவமனைகளுக்கு வருகிற ஆண், பெண், சிறியவர்கள், பெரியவர்கள், ஏழைகள், பணக்காரர்கள், எல்லா மதங்களைச் சேர்ந்தவர்கள், வெளிநாட்டுக்காரர்கள் அனைவருக்கும் ஒரேமாதிரியான தரமான சிகிச்சை அளிக்கப்படுகிறது, அதுவும் ஒரு பைசா செலவில்லாமல்.

சிகிச்சைமட்டுமில்லை, அதற்குத் தேவையான எக்ஸ்ரே, ஸ்கேன் போன்ற பரிசோதனைகளும் இங்கேயே இலவசமாகச் செய்யப்படுகின்றன. இதன்மூலம் மிகப் பெரிய நோய்களைக்கூட விரைவில் கண்டுபிடித்துத் தேவையான சிகிச்சை அளிக்க இயலுகிறது.

உண்மையில், நோய் வருவதற்குமுன்பே அதற்கான வாய்ப்புகளைத் தடுத்துவிடவேண்டும் என்பதுதான் கியூபச் சமூகத்தின் நோக்கம். இதற்காக, நாடுமுழுவதும் அடிப்படைத் தூய்மையைப்பற்றிய பரப்புரைகள் சுறுசுறுப்பாக நடைபெறுகின்றன. அதன்மூலம் பல நோய்கள் முன்கூட்டியே தடுக்கப்படுகின்றன.

கியூபாவில் உள்ள பெற்றோர் தங்களுடைய குழந்தைகளுக்கு ஆனா, ஆவன்னா சொல்லித்தருகிறார்களோ இல்லையோ, தங்களைத் தூய்மையாக வைத்துக்கொள்வது எப்படி, காலநிலை மாற்றங்களைத் தாக்குப்பிடிப்பது எப்படி, எந்தெந்தச் சூழ்நிலைகளில் எப்படிப்பட்ட முன்னேற்பாடுகளின்மூலம் நம்மைப் பாதுகாத்துக்கொள்ளலாம், வெவ்வேறு நோய்களுக்கான அறிகுறிகள்

என்னென்ன, ஒருவேளை நமக்கு நோய் வந்துவிட்டால் அது மற்றவர்களுக்குப் பரவாமல் தடுப்பது எப்படி என்றெல்லாம் அக்கறையோடு கற்றுக்கொடுத்துவிடுகிறார்கள்.

நோய்வாய்ப்பட்டவர்கள் அதிகத் தொலைவு அலைந்து திரிந்து சிகிச்சை பெறுவது சிரமம். இதற்குச் சோம்பேறித்தனப்பட்டுக் கொண்டு மருத்துவரிடம் போகாமல் இருந்துவிடுகிறவர்கள் பலர்.

இந்த ஆபத்தைத் தவிர்ப்பதற்காகக் கியூபாவில் தெருவுக்குத் தெரு மருத்துவமனைகள் அமைக்கப்பட்டிருக்கின்றன. கைக்கெட்டும் தொலைவில் மருத்துவச் சேவை, அதுவும் இலவசமாகக் கிடைத்தால் யார்தான் சிகிச்சையை மறுப்பார்கள்?

மருத்துவர் சரி, மருந்துகள்?

அங்கும் கியூபா பல வியப்புகளை வைத்திருக்கிறது. வெளிநாடுகளில் பல ஆயிரம் ரூபாய்க்கு விற்கிற உயிர் காக்கும் மருந்துகள்கூட அங்கு ஐந்து ரூபாய், பத்து ரூபாய் விலையில் கிடைக்கின்றன.

ஏனெனில், கியூபாவில் உள்ள மருத்துவர்களும், மருந்து தயாரிப்பு நிறுவனங்களும் இதை ஒரு லாபம் கொழிக்கும் தொழிலாக நினைப்பதில்லை. அவர்கள் சேவை மனப்பான்மையுடன் செயல்படுவதால் எல்லா மருந்துகளையும் குறைந்த செலவில் தயாரிக்கவும் விற்பனை செய்யவும் இயலுகிறது.

இதில் இன்னொரு வியப்பும் உண்டு. ஃபிடல் காஸ்ட்ரோமீது உண்டான எரிச்சலில் அமெரிக்கா கியூபாவுக்குப் பல பொருளாதாரத் தடைகளை விதித்திருக்கிறது. இந்த விஷயத்தில் அமெரிக்காவைப் பகைத்துக்கொள்ள விரும்பாத மற்ற சில நாடுகளும் கியூபாவைச் சற்றுத் தள்ளியே வைத்திருக்கிறார்கள்.

இதனால், கியூப அரசாங்கம் மக்களுக்கு மிகவும் தேவையான பொருள்களைக்கூட வெளிநாடுகளில் இருந்து எளிதில் இறக்குமதி செய்ய இயலுவதில்லை. அதற்குத் தேவையான பணமோ, வர்த்தக உறவுகளோ அவர்களிடம் இல்லை.

எனவே, வேறு வழியில்லாமல் அவர்கள் எல்லாவற்றையும் தாங்களே தயாரித்துக்கொள்ளவேண்டிய கட்டாயத்துக்குத் தள்ளப்பட்டார்கள். அதுதான் அவர்களுடைய வரலாற்றில் மிகப் பெரிய திருப்புமுனை.

எடுத்துக்காட்டாக, புற்றுநோய்க்கான ஒரு மருந்து. அதை வெளிநாட்டிலிருந்து இறக்குமதி செய்தால் ஒரு மாத்திரை இருநூறு ரூபாய் விலை ஆகும். அதையே உள்நாட்டில் ஆராய்ச்சி நடத்தி இங்கேயே உற்பத்தி செய்துவிட்டால் எல்லாம் பத்து ரூபாய்க்குள் முடிந்துவிடும்.

பணம் மிச்சமாவதைக்கூட விடுங்கள். இதனால் அவர்களுக்குக் கிடைத்த தன்னம்பிக்கை... அதுதான் மிகப் பெரிது. அடுத்த நாடுகளின் ஆதரவு இல்லாமல் தங்களால் சொந்தமாகப் பிழைக்கமுடியும் என்கிற தெம்புடன் கியூபாவின் மருத்துவத்துறை முன்னேறத் தொடங்கியது.

அடுத்த இருபது ஆண்டுகளுக்குள் ஃபிடல் காஸ்ட்ரோவின் மிகப் பெரிய கனவு நிறைவேறிவிட்டது. கியூபாவில் ஒருவர் எத்தனை ஏழையாக இருந்தாலும் சரி, 'உடம்புக்கு ஏதாவது வந்துவிட்டால் செலவுக்கு என்ன செய்வது?' என்பதைப்பற்றிமட்டும் கவலைப்படவேண்டியதில்லை. அவருக்குத் தேவையான சிகிச்சையைக் கொடுத்துக் காப்பாற்ற அரசாங்கம் ஆயத்தமாக இருக்கிறது. விலைமதிப்பற்ற இந்த மன நிறைவு மிகப் பெரிய பணக்கார நாடுகளில் வாழ்கிறவர்களுக்குக்கூட இல்லை.

இதனால்தான், வளர்ந்த நாடுகளையெல்லாம்விடக் கியூபாவில் மக்களின் சராசரி வாழ்நாள் மிக மிகக் கூடுதலாக உள்ளது. அத்துடன், பிறந்த குழந்தைகள் உயிர் பிழைக்கும் விகிதமும் இங்கு மிக மிகக் கூடுதல்தான்.

அந்த ஊர் மக்கள் அதிக நாள் வாழ்வதுமட்டுமில்லை, நலமாகவும் நிறைவாகவும் வாழ்கிறார்கள். இது எப்பேர்ப்பட்ட பெருமை!

கியூபாவின் மருத்துவத்துறை மேதைமையும் சேவை மனப்பான்மையும் உள்நாட்டு எல்லைகளுடன் முடிந்துவிடுவதில்லை. தங்களைப்போல் கஷ்டப்படுகிற மற்ற நாடுகள், மருத்துவம் பார்த்துக்கொள்ள வசதி இல்லாத ஏழைகளுக்கெல்லாம் உதவி செய்வதற்காகக் கியூப மருத்துவர்கள் உலகம்முழுக்கச் சுற்றிவருகிறார்கள்.

எடுத்துக்காட்டாக, ஆப்பிரிக்காவில் பல ஏழை நாடுகள் உள்ளன. அங்குள்ள மக்களுக்கெல்லாம் ஒரு வேளைச் சாப்பாட்டுக்கே வழியில்லை. அவர்களுக்கு ஏதேனும் உடல்நலக் குறைபாடுகள் ஏற்பட்டால் சிகிச்சை செய்துகொள்ளப் பணத்துக்கு எங்கு போவார்கள்?

ஒருவேளை பணம் கிடைத்துவிட்டாலும்கூட, அந்த நாடுகளில் போதுமான மருத்துவர்களும் இல்லை, மருத்துவமனைகளும் இல்லை.

நிலநடுக்கம், புயல், வெள்ளம், சுனாமி போன்ற இயற்கைப் பேரழிவுகளின்போது, ஓரளவு வளர்ந்த நாடுகள்கூடத் தடுமாறி உட்கார்ந்துவிடுகின்றன. இந்த நேரங்களில் உடனடி மருத்துவச் சிகிச்சை, மருந்துகள் கிடைக்காவிட்டால் பல உயிரிழப்புகள் நேர்ந்துவிடலாம்.

இதை நன்றாகப் புரிந்துவைத்திருக்கும் கியூபா, தேவை உள்ள நாடுகளுக்கெல்லாம் தன்னுடைய மருத்துவர்கள், செவிலியர்கள், மற்ற சேவைப் பணியாளர்களைப் பெரும் எண்ணிக்கையில் அனுப்பிவைக்கிறது. இவர்கள் ஆங்காங்கு தாற்காலிக மருத்துவமனைகள், முகாம்கள் அமைத்து மக்களுக்குத் தேவையான சிகிச்சைகளைச் செய்கிறார்கள், நிலைமை சரியானபிறகு சொந்த நாடு திரும்புகிறார்கள்.

அதுமட்டுமில்லை, பல நாடுகளைச் சேர்ந்த ஏழை மாணவர்களுக்குத் தன்னுடைய சொந்தச் செலவில் தரமான மருத்துவக் கல்வி கொடுக்கிறது கியூபா. பதிலுக்கு அவர்கள் எதிர்பார்ப்பதெல்லாம் ஒன்றே ஒன்றுதான்: இலவசமாகப் படிக்கும் இந்த மாணவர்கள் படித்து முடித்துவிட்டுத் தங்களுடைய சொந்த நாடுகளுக்குச் சென்று பணிபுரியவேண்டும், லாப நோக்கம் இல்லாமல் மக்களின் உடல் நலத்தைக் காப்பாற்றுகிற சேவை மனப்பான்மையுடன் உழைக்கவேண்டும். அவ்வளவுதான்.

இந்தத் திட்டத்தின்கீழ் சில அமெரிக்க மாணவர்களும் பயிற்சி பெற்றுவருகிறார்கள் என்பதுதான் வியப்பு. தன்னை எதிரியாக நினைத்து அழிக்க நினைக்கும் ஒரு நாட்டின் மக்களுக்குக்கூட உதவவேண்டுமென்றால் அதற்கு மிகப் பெரிய மனம் வேண்டும்!

சில ஆண்டுகளுக்குமுன்னால், அமெரிக்காவின் மருத்துவத்துறைக் கட்டமைப்பைப்பற்றிய ஓர் ஆவணப்படம் வெளியாகி மிகப் பெரிய வரவேற்பைப் பெற்றது. 'சிக்கோ' என்று பெயரிடப்பட்ட இந்தப் படத்தை இயக்கியவர் மைக்கேல் மூர்.

'சிக்கோ' வெளியானபிறகுதான், அமெரிக்காவில் எளிய மக்கள் பலர் சரியான மருத்துவச் சிகிச்சை இல்லாமல் படுகிற

துயரங்கள் பரவலாகத் தெரியவந்தன. இதே படத்தில் கியூபாவின் மருத்துவத்துறைச் சாதனைகளையும் வெளிச்சம் போட்டுக் காண்பித்திருந்தார் இயக்குநர்.

இதனால், உலக அளவில் கியூபாவின் பெயர் இன்னும் புகழ் பெற்றுவிட்டது. பல நாடுகளைச் சேர்ந்த மக்கள் அங்கு போய்க் குறைந்த செலவில் மருத்துவம் செய்துகொள்ளவேண்டும் என்று வரிசையில் நிற்க ஆரம்பித்துவிட்டார்கள்.

இத்தனைப் பேரையும் வரவேற்று மருத்துவ உதவி செய்யவேண்டும் என்று கியூபாவுக்கு ஆசைதான். ஆனால், கியூபா அந்த அளவுக்குப் பெரிய பணக்கார நாடு இல்லை.

எனினும், 'நலம் என்பது எல்லாருடைய உரிமை' என்கிற ஃபிடல் காஸ்ட்ரோவின் முழக்கம் அனைத்து நாட்டுக்காரர்களுக்கும் பொருந்தும்தானே?

இதனால், கியூபா தன்னிடம் சிகிச்சைக்காக வரும் மக்களை வரவேற்கிறது. ஏழை நாடுகளைச் சேர்ந்தவர்களுக்கு அவர்களே எல்லாச் செலவுகளையும் கவனித்துக்கொண்டு மருத்துவம் பார்க்கிறார்கள். மற்றவர்களும் மிகக் குறைந்த கட்டணத்தில் சிகிச்சைகளைப் பெறலாம்.

நோய்த் தடுப்பு மற்றும் மருத்துவச் சிகிச்சை என இரண்டும் உயர்தரத்தில் இலவசமாகக் கிடைப்பதால் கியூபக் குடிமக்களின் சராசரி ஆயுள் எழுபத்தைந்து ஆண்டுகளுக்குமேல். இங்கு 'சீனியர் சிட்டிசன்'கள் ஏராளம்.

ஆனால், இந்த முதியவர்கள் எல்லாரும் சிரமப்பட்டு வாழ்க்கையைத் தள்ளிக்கொண்டிருக்கவில்லை. 'நாங்களும் மிகச் சுறுசுறுப்பாகப் புதிய விஷயங்களைக் கற்றுக்கொள்கிறோம், அடுத்தடுத்த நாள்களை ஆவலுடன் எதிர்நோக்குகிறோம். அதற்கான சூழ்நிலையை இந்தச் சமூகம் எங்களுக்கு அமைத்துக்கொடுத்திருக்கிறது' என்கிறார் 86 வயது மிர்தா மெக்பீத்.

ஒருவர் உயிரோடு இருக்கிற காலத்தை நீட்டிப்பதுமட்டும் மருத்துவத்தின் வேலை அல்ல. அவர்கள் உயிர்ப்போடு இருக்கிறார்களா, வாழ்க்கையை முழுமையாக மன நிறைவுடன் அனுபவிக்கிறார்களா என்பதுதான் கேள்வி. அந்த விஷயத்தில் கியூப மக்கள் மிகவும் கொடுத்துவைத்தவர்கள்.

பொதுவுடைமைக் கொள்கைகளைப்பற்றியும், சிவப்புக் கொடி பறக்கிற அரசாங்கங்களைப்பற்றியும் பல விமர்சனங்கள், எதிர்ப்புக் குரல்கள் இருக்கலாம். ஆனால் கியூப மக்கள் தங்கள் மருத்துவத்துறையை வலுப்படுத்தி உடல்நலத்தைப் பெரிய சொத்தாகச் சேமித்துக்கொண்டிருப்பதைப் பார்க்கும்போது நமக்குள் இந்த ஒரு கேள்விதான் எஞ்சுகிறது: கியூபாவைப்போல் உலகம்முழுக்க, 'நலம் என்பது காசு கொடுத்து வாங்குவது இல்லை. அது ஒரு தனி நபரின் பிறப்புரிமை' என்கிற நிலைமை வந்தால் எவ்வளவு நன்றாக இருக்கும்!

★★★

பகுதி 2 : நகரங்கள்

1. வெனிஸ்

நகரமோ, கிராமமோ, பக்கத்தில் ஓர் ஆறு இருந்துவிட்டால் அதன் அழகே தனிதான்!

அப்படியானால், ஒரு நகரத்தில் குறுக்கும் நெடுக்கும் தெருக்களுக்குப் பதிலாக ஆறுகள் ஓடிக்கொண்டிருப்பதாகக் கொஞ்சம் கற்பனை செய்து பாருங்கள். அது எப்பேர்ப்பட்ட அழகாக இருக்கும்!

உண்மையில் அப்படி ஒரு நகரம் இருக்கிறது: இத்தாலி நாட்டில் உள்ள வெனிஸ்.

உலக அளவில், 'கண்டிப்பாகப் பார்க்கவேண்டிய இடங்கள்' என்று பட்டியல் வைத்திருக்கிற சுற்றுலா விரும்பிகள் யாரை வேண்டுமானாலும் கூப்பிட்டு விசாரியுங்கள். அவர்கள் எல்லாருடைய பட்டியலிலும் வெனிஸ் இடம்பெற்றிருக்கும்.

ஏனெனில், வெனிஸ் மிகவும் தனித்துவமானது. மற்ற நகரங்களைப்போல் இது தரையில் கட்டப்படவில்லை, தண்ணீருக்குள் கட்டப்பட்டிருக்கிறது. உண்மையில் இந்த நகரமே நூற்றுக்கும் மேற்பட்ட தீவுகளின் தொகுப்புதான்.

இதனால், வெனிஸில் எங்கு பார்த்தாலும் தண்ணீர் வாய்க்கால்கள், பாலங்கள், படகுகள், வேறு எங்கும் பார்க்கமுடியாத சிறப்பு அழகு.

மாலை, இரவு நேரங்களில் வெனிஸின் வனப்பு இன்னும் கூடிவிடும். விதவிதமான மின்சார விளக்குகளின் வெளிச்சம் தண்ணீரில்

பட்டு எதிரொளிக்கும் அந்த அழகை வெறும் சொற்களால் விளக்கமுடியாது.

வெனிஸ் நகரத்துக்குள் தெருக்கள் அரிதாகத்தான் தென்படும். இதனால் மக்கள் பயணம் செய்வதெல்லாம் சிறிய, பெரிய படகுகளில்தான். அருகில் உள்ள இடமென்றால் ஊர்முழுக்க நிறைந்திருக்கிற பாலங்களில் நடந்து செல்வார்கள். கார், டாக்ஸி கிடையாது, பேருந்துகள் உண்டு.

இங்கு வீடு கட்டுவதும் ஒரு பெரிய சவால். தீவு நிலம் அவ்வளவு வலுவாக இருக்காது. அதனால், இங்கு கட்டப்படுகிற வீடுகளின் அடித்தளத்தை வலுவாக அமைப்பது மிகவும் சிரமம்.

ஆனால், வெனிஸ் மக்கள் இந்தச் சவாலை மகிழ்ச்சியுடன் ஏற்றுக்கொண்டு பல நூற்றாண்டுகளாக நிலைத்து நிற்கும் சிறப்பான பல வீடுகளைக் கட்டியிருக்கிறார்கள். இதனாலேயே வெனிஸ் கட்டடங்கள், பாலங்களின் தனித்துவமான கட்டுமானப் பாணி உலகப் புகழ் பெற்றுவிட்டது.

வெனிஸில் குறிப்பிட்ட சில இடங்களில்மட்டுமின்றி எந்தத் திசையில் பார்த்தாலும் நாம் கற்பனையில்கூட நினைத்திருக்காதபடி ஏதாவது ஒரு வியப்பூட்டும் அழகு கண்டிப்பாகத் தென்படும். சில மணி நேரங்களுக்குள் மொத்த நகரத்தையும் படகில் சுற்றிவந்துவிடலாம்.

‘தண்ணீர் நகரம்’, ‘பாலங்களின் நகரம்’ என்றெல்லாம் அழைக்கப்படுகிற வெனிஸில் மக்கள் தொகை மிகவும் குறைவு. அதனால் போக்குவரத்து நெரிசல், சுற்றுச்சூழல் பாதிப்பு எதுவும் கிடையாது. ஆண்டுமுழுக்க இதமான காலநிலை.

வெனிஸுக்கு மிக நீண்ட வரலாறு உண்டு. இதனால், இங்கே அருங்காட்சியகங்கள் நிறைய. இன்னும் மாளிகைகள், வரலாற்றில் இடம்பெற்ற பாலங்களும் கண்டிப்பாகப் பார்க்கவேண்டியவை.

அதெல்லாம் இருக்கட்டும், இப்படித் தண்ணீரினால் நிரம்பிய ஒரு நகரத்தை ஒரு நாள், இரண்டு நாள் சுற்றுலாவாகப் பார்ப்பது என்றால் பரவாயில்லை. அங்கேயே ஆண்டுமுழுக்க வாழ்வது என்றால் சிரமமில்லையா?

வெனிஸ் மக்களிடம் இப்படிக் கேட்டுவிடாதீர்கள். பொலபொலவென்று பிடித்துக்கொண்டுவிடுவார்கள். இப்படி

ஓர் அழகான நகரத்தில் வசிக்கிறோம் என்பதில் அவர்களுக்கு மிகவும் பெருமை. அதனால், இதில் இருக்கிற சின்னச் சின்ன வசதியின்மைகளை அவர்கள் பொருட்படுத்துவதில்லை.

எடுத்துக்காட்டாக, வெனிஸின் தண்ணீர் மட்டம் அவ்வப்போது உயர்ந்துகொண்டே இருப்பதால் பல வீடுகளின் வாசல் மூழ்கிவிடும், வீட்டுக்குள் தண்ணீர் வரும், சில ஆண்டுகளில் ஒட்டுமொத்தத் தரைத்தளமும் தண்ணீருக்குள் மூழ்கிப்போனால்கூட வியப்பதற்கில்லை.

வெனிஸ் மக்கள் இதுபோன்ற நிகழ்வுகளுக்கு ஆயத்தமாகவே இருக்கிறார்கள், 'கிரௌண்ட் ஃபிளோர் மூழ்கினால், முதல் ஃபிளோருக்கு மாறிக்கொள்ளவேண்டியதுதானே' என்கிறார்கள் மிக இயல்பாக.

ஷேக்ஸ்பியர் தன் முதன்மையான நாடகங்கள் சிலவற்றை வெனிஸ் நகரத்தில் அமைத்திருக்கிறார். வெனிஸ்பற்றிய அவருடைய விவரிப்புகள், வாழ்க்கைமுறைப் பதிவுகள் இலக்கிய உலகில் மிகவும் புகழ் பெற்றவை.

ஆனால், உண்மையில் ஷேக்ஸ்பியர் வெனிஸை நேரில் பார்த்ததே இல்லை என்கிறார்கள் வரலாற்று ஆய்வாளர்கள். அவர் எங்கோ யாரிடமோ கேட்ட தகவல்களை வைத்து வெனிஸை இப்படித் துல்லியமாகப் பதிவுசெய்திருக்கிறார் என்பது அவர்களுடைய கருத்து.

ஆனால், ஷேக்ஸ்பியரின் நாடகங்களைப் படித்துவிட்டு வெனிஸைப் பார்க்க வருகிறவர்கள் இதை நம்பமாட்டார்கள். இன்றைக்கும் ஷேக்ஸ்பியர் நாடகங்களில் வரும் இடங்களைப் பார்க்கவேண்டும் என்பதற்காகவே வெனிஸுக்குப் பயணம் செய்கிறவர்கள் ஏராளம்!

நிறைவாக, ஒரு துணுக்குச் செய்தி: 'வெனிஸ்' என்ற பெயரில் அமெரிக்காவிலும் ஒரு நகரம் இருக்கிறது. இதுவும் இத்தாலியிலுள்ள வெனிஸ்போலவே ஆறுகள், பாலங்கள், தீவுகளின் கூட்டமைப்பாக உருவாக்கப்பட்டிருக்கிறது.

ஆனால், அமெரிக்க வெனிஸ், இத்தாலிய வெனிஸ் இரண்டையும் பார்த்தவர்கள் தவறாமல் சொல்லுகிற விஷயம், 'ஒரே ஒரு சூரியன்தான், ஒரே ஒரு சந்திரன்தான், ஒரே ஒரு வெனிஸ்தான்!'

★★★

2. ரியோ டி ஜெனிரோ

சில ஊர்களின் பெயரைக் கேட்டாலே சிலுசிலுவென்று இருக்கும். 'ரியோ' அப்படிப்பட்டவள்.

உண்மையில் ரியோ டி ஜெனிரோ நம் சென்னையைப்போல வெப்பமான நகரம். ஏழை, பணக்காரர் இடைவெளி எக்குத்தப்பாக எகிறியிருப்பதால் ஊர்முழுக்கத் திருடர்களின் தொல்லை, கொலை, கொள்ளைகளுக்கும் குறைச்சலே இல்லை, நகரின் பல பகுதிகளில் பகல் வேளையில்கூட யாரும் துணிச்சலுடன் நடந்து செல்ல இயலாது என்கிறார்கள்.

ஆனால் இத்தனைக்குப்பிறகும் ரியோ டி ஜெனிரோவில் சுற்றுலாப் பயணிகளின் கூட்டம் கொஞ்சம்கூடக் குறையவில்லை. ஒவ்வொரு நாளும் பல ஆயிரம் பேர் எதையோ தேடி இங்கு வந்து குவிகிறார்கள்.

ரியோ டி ஜெனிரோவுக்கு வருகிறவர்கள் முதலில் அசந்து நிற்கும் விஷயம், அதன் நீள(ல)க் கடற்கரைகள். ஊர்முழுக்க வெய்யில் கொளுத்தினாலும் அலைகளும் குளிர்க் காற்றுமாக அங்குள்ள கடற்கரைகள்மட்டும் மக்களைக் கவர்ந்திழுத்துக்கொண்டே இருக்கின்றன.

கடற்கரை என்றால் கொண்டாட்டம் இல்லாமலா? ரியோ டி ஜெனிரோ இசை, நடனத்துக்குப் பேர் போனது. அநேகமாக

ஆண்டுமுழுக்க இங்கு ஏதாவது ஒரு துள்ளாட்டத் திருவிழா நடந்துகொண்டுதான் இருக்கும்.

இதனால்தான், ரியோ டி ஜெனிரோக் கடற்கரைகள் வெறுமனே மாங்காய், பட்டாணி, சுண்டல், கைமுறுக்கு விற்பதோடு நிறுத்திக்கொள்வதில்லை. கிட்டத்தட்ட அனைத்துக் கடற்கரைகளிலும் எல்லா நேரங்களிலும் வெளிச்சத்தைப் பார்க்கலாம், பணம் எடுப்பதற்கான *ATM*, காஃபி இயந்திரங்களில் தொடங்கித் திறந்தவெளி உணவகங்கள், டிஸ்கோ அரங்கங்கள்வரை நவீன வசதிகள் எதற்கும் குறைச்சல் இருக்காது. அதேநேரம், பழைமை நிரம்பிய கோட்டைகள், அருங்காட்சியகங்கள் போன்ற பிரேசிலின் வரலாற்றுச் சான்றுகளும் கண்டிப்பாகப் பார்க்கவேண்டியவை.

இந்த ஊரில் இன்னொரு பெரிய வியப்பு, காடுகள்!

வழக்கமாக நகரங்களில் காங்க்ரீட் காடுகளைத்தான் பார்க்கமுடியும். எங்காவது தெரு முனையில் ஒரு சின்ன மரமோ, புதரோ எதிர்ப்படும். அதற்குமேல் பசுமையைப் பார்க்கவேண்டுமென்றால் பூங்காக்கள், சுற்றுலாத் தலங்களைத் தேடிச் சென்றால்தான் உண்டு.

இங்குதான் ரியோ டி ஜெனிரோ மிகவும் வேறுபடுகிறது. அநேகமாக நகர்முழுவதும் மரம், செடி, கொடிகள், தோப்புகளின் பச்சைப்பசேல் வண்ண நடனம். உலகின் மிகப் பெரிய, இயற்கையான 'நகரக் காடுகள்' இங்குதான் உள்ளன.

ரியோ டி ஜெனிரோவில் கண்டிப்பாகப் பார்க்கவேண்டிய இன்னொரு விஷயம், நவீன உலக அதிசயங்களின் பட்டியலில் இடம்பெற்றிருக்கும் மிகப் பெரிய ஏசுநாதர் சிலை. 38 மீட்டர் உயரத்துக்கு நிமிர்ந்து நிற்கும் இந்தச் சிலை காட்டுக்கு நடுவில் கார்கவடோ என்ற மலையின்மீது அமைந்திருக்கிறது.

வழக்கமாக ஏசுநாதர் ஓவியங்கள், சிலைகளில் சிலுவைக்கும் அதே அளவு முதன்மைத்துவம் தரப்பட்டிருக்கும். ஆனால் இங்கு, கைகளை அகல விரித்து நிற்கும் ஏசுவின் தோற்றமே ஒரு சிலுவையை நினைவுபடுத்துவதுபோல் அமைக்கப்பட்டிருப்பது இதன் தனிச் சிறப்பு. உலக அளவில் ரியோ டி ஜெனிரோவின் அடையாளமாகவே இந்தச் சிலை மாறிக்கொண்டிருக்கிறது.

ரியோ டி ஜெனிரோவில் மிகவும் புகழ் பெற்ற இன்னொரு மலை, ஷுகர் லோஃப். இந்தக் கிரானைட் மலையில் அமைக்கப்பட்டிருக்கும் கேபிள் கார் பயணம் மிகவும் துணிகரமானது, அதே நேரம் முழுக்க முழுக்கப் பாதுகாப்பானது. ஒவ்வோர் ஆண்டும் பல ஆயிரம் சுற்றுலாப் பயணிகள் இதன்வழியாக ரியோவின் இயற்கை அழகைப் பறவைக் கோணத்திலிருந்து பார்த்து ரசிக்கிறார்கள்.

பேருந்து, கார், மெட்ரோ ரயில் போன்ற வழக்கமான வண்டிகளோடு இங்கு மிதிவண்டிகளும் பரவலாகக் காணப்படுகின்றன. சுற்றுச்சூழலை மாசுபடுத்தாத பயணம் என்பதால் ரியோ டி ஜெனிரோ நகராட்சியினர் மிதிவண்டி ஓட்டுவோருக்கு நிறைய வசதிகளைச் செய்து கொடுத்து ஊக்குவிக்கிறது.

ரியோ டி ஜெனிரோ வருகிறவர்கள் தவறவிடக்கூடாத ஒரு நிகழ்வு, 'சம்பாட்ரோம்' எனும் நடன ஊர்வலம். இந்த நகரம்முழுக்க நிறைந்திருக்கும் இசை, நடனப் பள்ளிகள் தங்களுடைய மிகச் சிறந்த மாணவர்கள், மாணவிகளைக் கொண்டு நடத்துகிற வண்ணமயமான நிகழ்ச்சிகளை இதில் பார்க்கலாம்.

விளையாட்டு விரும்பிகளுக்கும் ரியோ டி ஜெனிரோவில் நிறையத் தீனி உண்டு. இங்குள்ள மிகப் பெரிய மரகனா விளையாட்டு அரங்கத்தின் அழகு உலகம்முழுக்கப் புகழ் பெற்றது. இந்த அரங்கத்தில் கிட்டத்தட்ட இரண்டு லட்சம் பேர் ஒரே நேரத்தில் கால்பந்துப் போட்டிகளைப் பார்த்து ரசிக்கமுடியும்.

2014ல் கால்பந்து உலகக் கோப்பை இறுதி ஆட்டம், 2016ல் ஒலிம்பிக்ஸ் போன்ற பல மிக முக்கியமான பன்னாட்டுப் போட்டிகளை ஏற்று நடத்தியுள்ளது ரியோ டி ஜெனிரோ. இதற்காக மரகனாபோல் இன்னும் பல உலகத் தரத்திலான அரங்கங்களையும் இவர்கள் உருவாக்கியிருக்கிறார்கள்.

ரியோ டி ஜெனிரோவின் புகழ் பெற்ற விலங்குக் காட்சியகம் 'ரியோ-ஜூ'. இங்குள்ள ஆயிரக்கணக்கான வகை விலங்குகளை வேடிக்கை பார்த்தபடி ஒரு சுவையான (உண்மைக்) கதையைக் கேட்கலாமா?

இருபது ஆண்டுகளுக்குமுன்னால், ரியோ டி ஜெனிரோவில் நகரத் தலைவருக்கான (மேயர்) தேர்தல். வெவ்வேறு கட்சிகளைச் சேர்ந்த

வேட்பாளர்கள் 'நீங்கள் எங்களுக்குதான் வாக்களிக்கவேண்டும்' என்று வாக்காளர்கள் முன்னால் முட்டி மோதினார்கள்.

ரியோ மக்களுக்கு எரிச்சல், 'எந்த அரசியல்வாதி ஆட்சிக்கு வந்து என்ன பெரிதாகச் செய்துவிடப்போகிறான்?' என்று யோசித்தவர்கள் வெறும் வம்புக்காகவே ஒரு புதிய கட்சியை உருவாக்கினார்கள். அதன் பெயர், 'பிரேசில் பனானா பார்ட்டி'.

இந்த வாழைப்பழக் கட்சியின் சார்பில் ரியோ-ஜூவில் இருக்கும் ஒரு சிம்பன்ஸிக் குரங்கு மேயர் தேர்தலில் நிறுத்தப்பட்டது, 'மனிதப் பயல்களை நம்புவதைவிட இந்தக் குரங்குக்கு ஓட்டுப் போட்டால் நமக்கு ஏதாவது நல்லது செய்யும்' என்று பரபரப்பான பரப்புரைகள் நடந்தன.

சொன்னால் நம்பமாட்டீர்கள், அந்தத் தேர்தலில் ரியோ-ஜூ சிம்பன்ஸிக்குக் கிட்டத்தட்ட நான்கு லட்சம் ஓட்டுகள் கிடைத்தன. பாவம், அவரால் வெற்றி பெறத்தான் முடியவில்லை.

ஆனால் அதன்பிறகு, ரியோ அரசியல்வாதிகள் விழித்துக்கொண்டு விட்டார்கள். அடுத்த தேர்தலில் ஒரு பாம்பையோ, பூனையையோ எதிர்த்துப் போட்டியிடவேண்டிய கட்டாயத்தைத் தவிர்ப்பதற்காக, அதன்பிறகு ஒழுங்காக ஊருக்கு உருப்படியான வேலைகளைச் செய்யத் தொடங்கினார்களாம்.

நல்ல யோசனைதான். நம் ஊரிலும் யாராவது முயற்சி செய்து பார்ப்பார்களா?

★★★

3. மகாவ்

பொதுவாக நாம் எங்காவது சுற்றுலாவுக்குச் செல்கிறோம் என்றால் பெட்டி படுக்கைகளோடு கிளம்புவோம். பயணம் முடிந்தபிறகு நிறைய இனிமையான நினைவுகளோடு திரும்பி வருவோம்.

ஆனால், சீனாவின் ஒரு பகுதியான மகாவ் நகரம் கொஞ்சம் வேறுவிதமானது. இங்கு விமானத்தில், பெரிய படகுக் காரில் பந்தாவாக வந்து இறங்குகிற பலர் திரும்பிச் செல்லும்போது, 'ஐயா, சாமி, பஸ் டிக்கெட்டுக்குக்கூடக் காசு இல்லை. யாராச்சும் உதவி பண்ணுங்க, ப்ளீஸ்' என்று கையேந்துகிற நிலைமைக்கு வந்துவிடுகிறார்கள்.

ஏன் அப்படி? என்னதான் நடக்கிறது அந்த மகாவில்?

இயற்கை, செயற்கை என இரண்டுவித அழகுக்கும் குறைச்சல் இல்லாத ஊர் மகாவ். ஒருபக்கம் நவீனக் கட்டுமானங்கள், இன்னொருபக்கம் பழைமையைக் காட்டும் வரலாற்றுப் பதிவுகள் என மிக அழகான கலவை.

இந்த ஊரின் முதன்மையான அடையாளம், 'மகாவ் ஸ்கை டவர்'. கிட்டத்தட்ட அரைக் கிலோ மீட்டர் உயரத்துக்கு நிமிர்ந்து நிற்கும் இந்த மிகப் பெரிய மாளிகையில் ஏறிவிட்டால் ஒட்டுமொத்த நகரத்தையும் பருந்துப் பார்வை பார்க்கலாம். குறிப்பாக இரவு நேரத்தில் ஒளிமயமாக மின்னும் மகாவின் அழகு தனித்துவமானது.

துணிகரச் செயல்களை விரும்புகிறவர்கள் மகாவ் டவர் உச்சியிலிருந்து கீழே குதித்து ‘பங்கி ஜம்ப்’ செய்யலாம். அல்லது, அதன் வெளி விளிம்பில் பதற்றத்துடன் நடந்து பார்க்கலாம். இந்த வம்பே வேண்டாம் என்கிறவர்களுக்கெனத் திரையரங்குகள், பலவிதமான பொருட்களை விற்கும் கடைகள், உணவகங்கள் அங்கு நிறைந்திருக்கின்றன.

மகாவில் சுற்றுலாப் பயணிகள் நிறைய வந்துபோகிற இன்னோர் இடம், புனித பீட்டர் தேவாலய வளாகம். பதினேழாம் நூற்றாண்டில் போர்ச்சுக்கீசியர்கள் பயன்படுத்திய இந்த ஆலயம் காலப்போக்கில் புறக்கணிக்கப்பட்டுவிட்டது. புயல், மழை, நெருப்பு என்று சாப்பிட்டதுபோக இப்போது எஞ்சியிருக்கும் சில சுவர்களிலேயே மிகச் சிறப்பான கட்டடக்கலை நுணுக்கங்களைப் பார்க்கமுடிகிறது.

இங்கு வருகிற பயணிகள் எல்லாரும் தேவாலயத்தின் மேல் சாளரத்தை நோக்கிக் காசுகளை வீசுகிற வழக்கம் இருக்கிறது. அந்தக் காசு ஒழுங்காகச் சாளரத்துக்குள் சென்று விழுந்தால் நாம் நினைத்தது நிறைவேறும் என்று அவர்கள் நம்புகிறார்கள்!

இதேபோல், மகாவில் உள்ள ‘அ-மா’ ஆலயமும் மிகப் புகழ் பெற்றது. ஒருகாலத்தில் இது இங்குள்ள மீனவர்களின் கோவிலாக இருந்தது, இப்போது மகாவ் நகரத்தின் பண்பாட்டு அடையாளங்களில் ஒன்றாக மதிக்கப்படுகிறது.

மகாவில் நிறையப் புத்த மதக் கோவில்களைப் பார்க்கலாம். இந்த ஆலயங்கள் ஒவ்வொன்றும் பரந்து விரிந்த வழிபாட்டு அறைகள், சுவர்களில், கதவுகளில் நுணுக்கமான வண்ண ஓவியங்கள், எழிலான விளக்குகள் என எளிமையான கலை அழகுகளாக மிளிர்கின்றன.

இங்குள்ள இன்னொரு முக்கியமான பயணத் தலம், தங்கத் தாமரை மையம்!

பெயர்மட்டும்தான் தங்கம். உண்மையில் இங்குள்ள தாமரை வெண்கலத்தால் ஆனது. ஆனாலும், இதன் மிகப் பெரிய அழகைப் பார்ப்பதற்காகவும், சுற்றியுள்ள பூங்காவில் விளையாடி மகிழ்வதற்காகவும் ஏராளமான பயணிகள் வருகிறார்கள். சுமார் ஆறடை டன் எடையுள்ள இந்தத் தாமரை மலர்

மகாவில் எப்போதும் பெருகிவருகிற வளத்தைக் குறிப்பிடுகிறது. (உண்மையாகவே மகாவ் உலகின் மிகப் பணக்கார ஊர்களில் ஒன்று!)

‘மகாவ் ஃபிஷர்மேன்’ஸ் வார்ஃப்’ என்ற இன்னொரு பூங்காவில் நீங்கள் நிறையத் துறைமுகங்கள், கரையோர நகரங்களைப் பார்க்கலாம். எடுத்துக்காட்டாக, மியாமி, வெனிஸ், ஆம்ஸ்டர்டாம், கேப்டவுன்,...

என்னது? இந்த ஊர்களெல்லாம் சீனாவுக்குள் இல்லையே என்று யோசிக்கிறீர்களா? அதனால் என்ன? உலகின் புகழ் பெற்ற கடற்கரை ஊர்கள் அனைத்தையும் இங்கு அதேபோன்ற வடிவத்தில் உருவாக்கிவைத்திருக்கிறார்கள். இவற்றை மையமாகக் கொண்டு பல மகிழ்ச்சியான விளையாட்டுகளும் உண்டு.

சென்னையில் ‘ரங்கநாதன் தெரு’வைப்போல மகாவிலும் ஒரு மிகப் பரபரப்பான கடைத்தெரு. அதன் பெயர் ருவா டு குன்ஹா. இங்கு கிடைக்கும் உள்ளூர் இனிப்பு வகைகள் உலகப் புகழ் பெற்றவை.

மகாவிற்கும் நம் ஊருக்கும் இன்னோர் ஒற்றுமை, ரிக்ஷாக்கள். இவை சுற்றுலாப் பயணிகளைக் கவர்ந்திழுக்கின்றன, அவர்களுக்கு நன்றாக ஊரைச் சுற்றிக் காட்டுகின்றன.

அதெல்லாம் சரி, இந்தக் கட்டுரையின் தொடக்கத்தில் நாம் பேசிய அந்த விஷயத்துக்கு வருவோம். மகாவுக்குக் கை நிறையப் பணத்தோடு வருகிறவர்கள் ஏழைகளாகத் திரும்பிப் போக நேர்வது எப்படி?

மகாவில் இல்லாத வசதிகளே இல்லை. பையில் நிறையக் காசுமட்டும் இருந்துவிட்டால் போதும், மனத்தைக் கவரும் இயற்கை அழகை ரசித்துக்கொண்டு, மிகச் சிறப்பான அனைத்து வசதிகளையும் நன்கு அனுபவிக்கலாம்.

ஆனால், சுற்றுலாப் பயணிகளிடம் இப்படிக் கொஞ்சம் கொஞ்சமாகக் காசு கறந்து மகாவ்-வாசிகளுக்குச் சலித்துவிட்டதோ என்னவோ, மொத்தமாகப் பணம் பறிப்பதற்கு வசதியாக ஊர்முழுக்கச் சூதாட்ட அரங்குகளைத் திறந்துவைத்திருக்கிறார்கள்.

இதனால், சும்மா காலாறச் சிறிது தொலைவு நடக்கலாமே என்று வெளியில் செல்கிறவர்கள்கூட இரண்டு, மூன்று சூதாட்ட இயந்திரங்களைக் கடந்துபோகவேண்டியிருக்கும். கடைக்குப் போய் ஒரு பேனாவோ பென்சிலோ வாங்கினால், பக்கத்திலேயே ஓர் இயந்திரம் 'ஒண்ணுக்கு நாலு, ரெண்டுக்கு எட்டு, ஆட வர்ரியா? உன் பணத்தைப் பலமடங்கு ஆக்கிக்கலாம், வா, வா!' என்று ஆசை காட்டும். இதேபோல் விடுதிகளின் காத்திருப்பு அறைகள், சுற்றுலாத் தலங்கள் என எதையும் விட்டுவைக்காமல் விதவிதமான சூதாட்ட இயந்திரங்கள் கண்ணடிக்கின்றன.

இத்துடன், சூதாட்டத்துக்கென்றே சிறப்பாகக் கட்டப்பட்ட அரங்கங்கள், 'காஸினோ'க்களும் இங்கு ஏராளமாக உண்டு. இவற்றில் ஆசைப்பட்டு நுழைந்துவிட்டால் அவ்வளவுதான், அணிந்திருக்கும் சட்டை, வேட்டிகூட மிஞ்சாது!

இந்த விஷயமெல்லாம் நன்றாகத் தெரிந்திருந்தும்கூட, சூதாடுவதற்காகவே மகாவைத் தேடி வருகிறவர்கள் நிறையப் பேர். இங்கு ஒருமுறை கால் வைத்து அந்தச் சூதாட்டப் போதையில் சிக்கிவிட்டால் மீள்வது கடினம். அஞ்சோ, பத்தோ ஜெயித்துவிட்டீர்கள் என்றால் இன்னும் மோசம். இதேபோல் மேலும் நிறையக் காசை அள்ளலாம் என்று ஆசைப்பட்டு உள்ளதையும் இழந்துவிடுவீர்கள்.

மகாவில் சூதாடி வெல்லலாம், பெரிய பணக்காரர் ஆகலாம் என்கிற பேராசையோடு நிறையப் பேர் வருகிறார்கள். ஆனால் கடைசியில் இங்கு வெல்வதெல்லாம் சூதாட்ட அரங்கங்களின் உரிமையாளர்கள்மட்டும்தான். இந்த உண்மை பெரும்பான்மை மக்களுக்குப் புரியும்வரை இவர்களுடைய பணப்பை நிறைந்துகொண்டுதான் இருக்கும்.

ஆகவே மக்களே, மகாவ் போனால் நல்லா மகிழ்ச்சியா ஊர் சுத்திப் பாருங்க, ஆனா, பாக்கெட்டும் பர்ஸூம் பத்திரம்!

★★★

4. வான்கூவர்

நீங்கள் எத்தனையோவிதமான கடிகாரங்களைப் பார்த்திருப்பீர்கள். சாவி கொடுத்து ஓடவைக்கிற சுவர்க் கடிகாரங்கள், மின்கலனில் (பேட்டரி) இயங்கும் நவீன கடிகாரங்கள், வீட்டின் மூலையில் அழகாக நிமிர்ந்து நிற்கும் 'தாத்தா'க் கடிகாரங்கள், கையில் கட்டிக்கொள்கிற எழிலான, மெலிதான கைக்கடிகாரங்கள், முள்ளில்லாமல் எண்களால் நேரம் காட்டும் டிஜிட்டல் கடிகாரங்கள், நம்முடைய நடை அளவு, உடற்பயிற்சி அளவு, தூக்கத்தின் அளவையெல்லாம் அளவிடுகிற அறிவார்ந்த ஸ்மார்ட் கடிகாரங்கள், இன்னும் பல.

ஆனால், நீராவியால் இயங்கும் கடிகாரம் கேள்விப்பட்டிருக்கிறீர்களா? உலகின் மிகச் சில பகுதிகளில்தான் இந்த வியப்பூட்டும் கருவியைப் பார்க்கமுடியும். அவற்றில் ஒன்று, வான்கூவர்.

கனடாவின் முதன்மையான சுற்றுலா நகரமான வான்கூவரின் தனிச் சிறப்பு, காட்டுக்குள் நகரமா, நகரத்துக்குள் காடா என்று பிரித்துச் சொல்லமுடியாதபடி இயற்கையும் மனிதனும் கலந்து நடத்தியிருக்கும் அழகான வித்தைதான்.

உலகில் உள்ள பெரும்பாலான வகை மரம், செடி, கொடிகளையும் வான்கூவரில் பார்க்கலாம். இவர்களாக மெனக்கெட்டு

வளர்த்ததுபோக மற்ற நாடுகளைச் சேர்ந்தவர்கள் வான்கூவருக்கு அன்பளிப்பாக வழங்கிய சிறப்புத் தாவரங்களும் நிறைய. இதனால், நாம் சாலையில் இயல்பாக நடந்துசென்றாலே ஏதோ தாவரவியல் கண்காட்சியைப் பார்ப்பதுபோன்ற உணர்வுதான் உண்டாகும்.

இத்துடன், எங்கு பார்த்தாலும் பளிங்குபோல் தண்ணீர் கொண்ட நீர்நிலைகள், ஆங்காங்கு குட்டிக் குட்டித் தீவுகள், சிறப்பாகப் பராமரிக்கப்பட்ட தோட்டங்கள், பசுமைக்குக் குறைச்சலில்லாத கடற்கரை என வான்கூவரின் இயற்கை எழில் சொற்களில் விளக்க இயலாத வியப்பு.

அதற்காக இதைப் பழங்காலத்து நகரம் என்று நினைத்துவிடாதீர்கள். நவீன வாழ்க்கையின் மகிழ்ச்சி வசதிகள் அனைத்தும் இங்கேயும் உண்டு. அதே நேரம் விரைவோட்டம் கலந்த வாழ்க்கைமுறைக்கு அடிமையாகிவிடாமல் வான்கூவர்வாசிகள் விழிப்புடன் இருக்கிறார்கள்.

இதனால்தான் வான்கூவரில் சுற்றுலா, சினிமாத் தொழில்கள் தூள் பறக்கின்றன. இது நிறையச் செலவு பிடிக்கிற சுற்றுலாத்தலமாக இருந்தாலும் ஆண்டுமுழுக்க எந்தக் காலநிலையிலும் இங்கு பயணிகள் கூட்டம்மட்டும் குறைவதே இல்லை.

பெரும்பாலான உலக நகரங்களில் ஒரு பெரிய சிக்கல், அந்த ஊர் சற்றுப் பெரிதானதும் வரிசையாக மிகப் பெரிய கட்டடங்களை எழுப்பி நிறுத்திவிடுவார்கள். அதன்பிறகு, எங்கு பார்த்தாலும் வெறும் காங்க்ரீட் சுவர்களும் சாளரங்களும்தான் தென்படும். நகரத்தின் அழகு கெட்டுவிடும்.

வான்கூவர் மக்கள் இந்த வலையில் மாட்டிக்கொள்ளவில்லை. ஊரின் அழகைப் பாதுகாப்பதற்காகவே ஒரு குறிப்பிட்ட உயரத்துக்குமேல் கட்டடங்கள் எழுப்பக்கூடாது என்று கண்டிப்பான விதிமுறை போட்டிருக்கிறார்கள். இத்தனை ஆண்டுகளில் ஐந்தாறு பெரிய கட்டடங்களுக்குமேல் அங்கு உருவாகவில்லை.

அதனால், வான்கூவரின் அழகை முழுமையாக ரசிக்க நாம் எங்கும் தனியாகத் தேடிக்கொண்டு போகவேண்டியதில்லை. நகரின் எந்த மூலையிலிருந்து சுற்றிப் பார்த்தாலும் மிகுதியான அழகு கொட்டிக்கிடக்கும்.

இன்னொரு சிறப்பு, வான்கூவரின் இசை விருப்பம். நடனம், நாடகம் என எல்லாவிதமான நுண்கலைகளிலும் புகுந்து விளையாடும் உள்ளூர்க் குழுக்கள் இங்கு உண்டு. இதனால், தெருவோரக் கச்சேரிகளில் தொடங்கி மிகப் பெரிய அரங்கங்களில் நடைபெறும் நிகழ்ச்சிகள்வரை ஆண்டுமுழுக்கக் கலை விரும்பிகளுக்கு நல்ல தீனி.

வான்கூவர் வருகிறவர்கள் தவறாமல் பார்க்கவேண்டிய ஓர் இடம், க்ரௌஸ் மலை. இன்னும் பசுமையைப் பாதுகாத்துவைத்திருக்கும் இந்த மலையில் விருப்பப்படி திரியும் மிருகங்களைப் பார்த்தபடி ஏறி, இறங்கலாம், மகிழ்ச்சியாக மிதிவண்டி ஓட்டலாம், பனி போர்த்திய நேரங்களில் நன்றாகச் சறுக்கி விளையாடலாம்.

இந்த ஊரில் நிறையச் சீனர்கள் உள்ளதால் மிக நல்ல 'சைனா டவுன்' ஒன்றும் இருக்கிறது. கட்டடங்களின் அமைப்பு, சாப்பாடு, ஆடைகள், கலைப் பொருள்கள் என எல்லாவிதத்திலும் இது ஒரு குட்டிச் சீனா!

சுற்றுலாப் பயணிகள் அதிகம் மொய்க்கிற இன்னோர் இடம், ஸ்டான்லி பூங்கா. பல நூறு ஏக்கர்களுக்குப் பரந்து விரிந்த இந்தப் பூங்காவின் சிறப்பு, பக்கத்திலேயே கடற்கரை, துறைமுகம்!

வான்கூவரின் மீன் கண்காட்சியகமும் உலகப் புகழ் பெற்றது. இங்கு ஆயிரக்கணக்கான வகை மீன்கள், அரிய நீர் விலங்குகளை மணிக்கணக்காகப் பார்த்து ரசிக்கலாம்.

இந்த மீன் காட்சியகத்தில் குழந்தைகளுக்காகச் சில சிறப்பு அறைகள் உண்டு. அவற்றில் ஒரு பக்கச் சுவருக்குப் பதிலாக மிகப் பெரிய மீன் தொட்டிகளை அமைத்திருக்கிறார்கள். குழந்தைகள் இங்கேயே தங்கி, சாப்பிட்டு, மீன்களோடு தூங்கி எழுந்திருக்கலாம். அவர்கள் வாழ்நாளில் எப்போதும் மறக்கமுடியாத அரிய அனுபவம் இது.

கடைசியாக, ஒரு துணுக்குச் செய்தி, உலக அளவில் மக்கள் வாழ்வதற்கு ஏற்ற சிறந்த நகரங்கள் எவை என்று ஒரு பன்னாட்டுக் கணக்கெடுப்பு நடத்தப்படுகிறது. அதில் பல ஆண்டுகளாக வான்கூவர்தான் முதலிடத்தில் இருக்கிறது!

★★★

5. ஹவாயீத் தீவுகள்

அமெரிக்காவின் வரைபடத்தைப் பார்த்திருக்கிறீர்களா? அங்கிருந்து சற்று இடப்புறமாக விலகிச் சென்று பசிஃபிக் பெருங்கடலுக்குள் கொஞ்சம் உருப்பெருக்கு கண்ணாடியை வைத்துத் தேடினால் நிறையச் சிறு தீவுகள் அகப்படும். அவற்றின் தொகுப்பை 'ஹவாயீ' என்கிறார்கள் (நாம் வழக்கமாகச் சொல்கிற 'ஹவாய்' தவறு, 'ஹவாயீ' என்பதுதான் சரியான உச்சரிப்பாம்!)

புவியியல் அடிப்படையில் பார்த்தால் அமெரிக்காவுக்கும் ஹவாயீக்கும் எந்தத் தொடர்பும் இல்லை. ஆனால், இவ்வளவு தொலைவு தள்ளியிருக்கிற ஹவாயீயை அமெரிக்கா மிகவும் முதன்மையாகக் கருதுகிறது, பெரிய அளவில் மதிக்கிறது.

அமெரிக்காவில் மட்டுமில்லை, உலகம்முழுவதுமே மகிழ்ச்சிப் பயணம் என்றால் பலருக்கு உடனடியாக ஹவாயீ நினைவு வரும். குறிப்பாகக் காதலர்கள், புதிதாகத் திருமணமான இளசுகளின் காதல் வழியும் விடுமுறைக் கனவு, ஹவாயீவுக்குச் செல்வதுதான்!

இத்தனைக்கும் ஹவாயீ எல்லாப் பெரிய நாடுகளில் இருந்தும் ரொம்பத் தள்ளியிருக்கிறது. குறைந்தபட்சம் ஐந்தாறு மணி நேரமாவது பயணம் செய்துதான் இந்தத் தீவுகளில் வந்து இறங்கமுடியும். ஆனால் அதன்பிறகு, வெளி உலகத்தோடு எல்லாத் தொடர்புகளையும் கவலைகளையும் மொத்தமாக மறந்துவிட்டு மகிழ்ச்சியாக நேரம் செலவிடலாம் என்பதுதான் மிகச் சிறப்பு.

ஹவாயீயின் முதல் சிறப்பு, கடற்கரைகள். மற்ற ஊர்களைப்போல் இந்த மூலையில் ஒன்று, அந்த மூலையில் ஒன்று எனக் கடற்கரைகளை ஒளித்துவைக்காமல் ஹவாயீயில் எங்கு பார்த்தாலும் கடற்கரைகள்தான். காலை, மதியம், மாலை என்று ஒழுங்காக அட்டவணை போட்டுவைத்துக்கொண்டு போனாலும்கூட இங்குள்ள அனைத்துக் கடற்கரைகளையும் பார்த்துமுடிப்பது கடினம். கிட்டத்தட்ட எல்லாக் கடற்கரைகளிலும் இயற்கை எழிலும், ஆண்டுமுழுக்க இதமான சூழ்நிலையும் நிலவுவதால், எப்பேர்ப்பட்ட மன அழுத்தத்துடன் இங்கு வருகிறவர்கள்கூடச் சில மணி நேரங்களுக்குள் இதமாக உணரத் தொடங்கிவிடுவார்கள் என்று மக்கள் அடித்துச் சொல்கிறார்கள்.

இங்கு நிறையத் தீவுகள் இருந்தாலும், அவற்றில் எட்டுதான் மிக முக்கியமானவை. அதிலும் குறிப்பாக, 'ஹவாயீ' என்ற பெயரிலேயே அழைக்கப்படுகிற மிகப் பெரிய தீவுக்குள் மற்ற அனைத்துச் சிறிய, பெரிய தீவுகளையும் அடக்கிவிடலாம்.

இப்படி ஹவாயீயில் பலப்பல சிறு தீவுகள் இருப்பதால், இங்கு சுற்றுலா வருகிறவர்களுக்குப் பார்ப்பதற்கு நிறைய இடங்கள் உள்ளன. அவரவர் வசதிக்கு ஏற்ப வெவ்வேறு பயண வழிகளைத் தீர்மானித்துக்கொண்டு நெரிசலில்லாமல் பொறுமையாகப் பார்த்து மகிழலாம். நீள(ல)க் கடல் அலைகளை ரசித்தபடி சரிந்து படுத்து ஓய்வெடுக்கலாம், நீந்தலாம். துணிச்சல் விரும்பிகளுக்காக மலையேற்றம், மற்ற பல புதுமையான பயணங்களும் இங்கு உண்டு.

ஹவாயீயில் மலைகளைவிட எரிமலைகள்தான் மிகச் சிறப்பானவை. பல ஆண்டுகளாக அமைதி காக்கும் 'உயிரற்ற' எரிமலைகளில் ஆரம்பித்து, இன்னும் உயிரோடு இருக்கும் அபாயமான எரிமலைகள்வரை இங்கு உண்டு.

சூடான எரிமலை, பக்கத்திலேயே தண்ணீர் (கடல்) என்கிற இந்தப் புதுமையான கூட்டணியால், மற்ற கடற்கரைகளில் அவ்வளவாகப் பார்க்கமுடியாத ஒரு வியப்பூட்டும் விஷயம் ஹவாயீயில் உண்டு: கருப்பு மணல்!

எரிமலையிலிருந்து வெளிப்படும் வெப்பக் குழம்பு (லாவா) கடல் தண்ணீரைத் தொடுகிறபோது நீராவி உண்டாகி மேலே சென்றுவிடுகிறது. பிறகு அந்த லாவா திடீரென்று குளிர்ச்சியாகி

வெடிக்கிறது. அதனைக் கடல் தண்ணீர் சிறு துகள்களாக உடைத்துக் கடற்கரைமுழுக்கப் பரப்பிவிடுகிறது. இதன் விளைவு, கன்னங்கரேல் மணலால் நிரம்பிய கடற்கரைகள்.

ஹவாயீயின் பெரும்பகுதி பூங்காக்களாக மாற்றிப் பாதுகாக்கப்படுகிறது. பூங்கா என்றால் நம் ஊரைப்போல் சுற்றுச் சுவர்களுக்கு நடுவில் சும்மா பேருக்கு ஏழெட்டுச் செடிகளை வளர்த்துவிடுவது இல்லை. இவை மிகப் பெரிய நிலப் பரப்புகள், ஒவ்வொரு பூங்காவுக்குள்ளும் கடல், மலை, காடு, பள்ளத்தாக்கு, வளைகுடா, எரிமலை என்று பலப்பல விஷயங்கள் நிறைந்திருக்கும்.

சிறப்பான புவியியல் அமைப்பு கொண்ட ஹவாயீத் தீவுகளில் பல அரிய வகைச் செடிகள், விலங்குகள், கடல்வாழ் உயிரினங்களைப் பார்க்கமுடிகிறது. இவற்றைப் பராமரிப்பதற்காக உள்ளூர் ஆட்சியாளர்கள் பல பாதுகாப்புச் சட்டங்களை அறிமுகப்படுத்தியிருக்கிறார்கள்.

சொகுசு நகரமான ஹவாயீக்கு வரலாற்றிலும் ஒரு முதன்மையான இடம் உண்டு. அதற்குக் காரணம், பேர்ல் ஹார்பர்!

இரண்டாம் உலகப் போரின்போது, ஹவாயீத் தீவுகளில் உள்ள பேர்ல் துறைமுகத்தின்மீது அதிரடித் தாக்குதல் நிகழ்த்தியது ஜப்பான். அதன்பிறகுதான் அமெரிக்கா நேரடியாகப் போரில் குதித்தது.

நவீன அமெரிக்க வரலாற்றின் மிக முக்கியமான திருப்புமுனை அடையாளங்களில் ஒன்றான பேர்ல் துறைமுகத்தைப் பார்ப்பதற்காக ஒவ்வோர் ஆண்டும் பல லட்சம் சுற்றுலாப் பயணிகள் இங்கு வந்து குவிகிறார்கள். இதற்காக நடுக்கடலில் அமைக்கப்பட்டுள்ள நினைவுச் சின்னத்திற்குச் செல்கிற படகுப் பயணம் தனித்துவமான ஓர் அனுபவம்.

பெரும்பாலான ஹவாயீத் தீவுகளில் மனிதர்கள் யாரும் வசிப்பதில்லை. சில தீவுகளைப் பெரும் பணக்காரர்கள் வாங்கித் தனியார் நிலமாக மூடிவைப்பதும் உண்டு. இதுபோன்ற பகுதிகளைத் தவிர மீதமுள்ள ஹவாயீத் தீவுகளை அதிவிரைவாகப் பார்த்துவிட்டுத் திரும்புவதற்கு இங்கு ஹெலிகாப்டர் சேவைகூட இருக்கிறது.

அதெல்லாம் சரி, செலவு?

அதுதான் ஹவாயீயில் மிகப் பெரிய சிக்கல். அமெரிக்காவிலேயே மிகக் கூடுதலாக வரி செலுத்தும் மாநிலங்களில் ஒன்று ஹவாயீ. அதனால், இங்கு சாப்பாடு, தங்கும் வசதி, மருத்துவம் என்று அனைத்துக்கும் நிறையப் பணத்தை எண்ணிவைக்கவேண்டியிருக்கும். கையில் நிறையப் பணம் இல்லாமல் ஹவாயீக்குக் கிளம்பிவந்தால் இரண்டு நாளில் எல்லாம் தீர்ந்துபோய் நடுத்தெருவில் நிற்கவேண்டியதுதான்.

ஆனாலும் ஒவ்வோர் ஆண்டும் ஹவாயீக்கு வருகிற மக்கள் கூட்டம் குறைவதாக இல்லை. அமெரிக்காவின் நடுத்தரக் குடும்பங்கள்கூடச் சில ஆண்டுகள் கழித்து ஹவாயீக்குப் போய்த் திரும்பலாம் என்கிற கனவோடு நெடுங்காலமாகத் திட்டமிட்டுக் காசு சேர்ப்பதைப் பார்க்கலாம்.

ஏனெனில், ஹவாயீ அனுபவம் என்பது வெறும் பயணமோ, சுற்றிப்பார்த்தலோ இல்லை. வாழ்நாள்முழுக்கத் தாங்கக்கூடிய மகிழ்ச்சி ஊசி!

★★★

6. இஸ்தான்புல்

உலகின் புகழ் பெற்ற நகரங்கள் எல்லாவற்றுக்கும் ஒரு தனித்துவமான அடையாளம் உண்டு. பெரும்பாலானவற்றைப் பார்த்தவுடனேயே அது ஆசிய நகரமா, ஐரோப்பிய நகரமா, அமெரிக்க நகரமா, ஆப்பிரிக்க நகரமா என்று தெளிவாகப் பிரித்துச் சொல்லிவிடமுடியும்.

ஆனால் ஒரே ஒரு நகரம்மட்டும் அப்படி முத்திரை குத்த முடியாத சிறப்பைக் கொண்டது. அதன் பெயர், இஸ்தான்புல்.

அந்தக் கால வரலாற்றைப் படிக்கும்போது 'கான்ஸ்டான்டிநோபிள்' என்று ஒரு புகழ் பெற்ற பெயரைக் கேள்விப்பட்டிருப்பீர்கள். அதுதான் இன்றைய இஸ்தான்புல். துருக்கியின் மிகப் பெரிய நகரம். ஆசியாவுக்கும் ஐரோப்பாவுக்கும் பாலமாக அமைந்திருக்கிறது.

பாலம் என்றால், சும்மா பேச்சுக்குச் சொல்வதில்லை. உண்மையாகவே இங்கு ஒரு மிகப் பெரிய பாலம் இருக்கிறது. அதன் பெயர் பாஸ்ஃபொரஸ் பாலம். அந்தப் பாலத்தின் ஒரு மூலையில் ஆசியா, அங்கிருந்து ஜஸ்ட் ஒன்றரைக் கிலோமீட்டர் பயணம் செய்தால் ஐரோப்பாக் கண்டத்துக்குள் போய்விடலாம். அதாவது, ஒரே நகரம் இரண்டு வெவ்வேறு கண்டங்களில் அமைந்திருக்கிறது!

இதற்காகவே பாஸ்ஃபொரஸ் பாலத்தைப் பார்ப்பதற்குச் சுற்றுலாப் பயணிகள் வந்து குவிகிறார்கள். ஆண்டுக்கு ஒருமுறை

இங்கு நடைபெறும் மாரத்தான் ஓட்டப் போட்டியின்போது, இந்தப் பாலத்தின்மீது நின்றுகொண்டு, சுற்றியுள்ள இயற்கை அழகை ரசிப்பதற்காகவே பலர் சும்மாக்காச்சிக்குப் பேர் கொடுப்பார்களாம்!

சுற்றிலும் கடலால் சூழப்பட்டிருக்கும் இஸ்தான்புல் மிகப் பழைமையான நகரம். அந்தக் காலத்தில் ரோம், லத்தீன், ஒட்டோமன் என்று பல அரசுகள் இங்கே காலோச்சியிருக்கின்றன. ஒருகட்டத்தில் உலகின் மிகப் பெரிய கட்டடங்கள், பாலங்கள், மற்ற கட்டமைப்புகள் எல்லாம் இஸ்தான்புல்லுக்குச் சொந்தமாக இருந்தவைதான்.

அதனால், இப்போது இங்கு சுற்றுலா வருகிற பயணிகளுக்கு ஒரு தனித்துவமான அனுபவம் கிடைக்கிறது. ஒருபக்கம் வானை எட்டி நிற்கும் கட்டடங்கள், ஐந்து நட்சத்திர விடுதிகள், இரவு விடுதிகள் என நவீன வாழ்க்கையின் வசதிகள் அனைத்தும். இன்னொருபக்கம், பல நூற்றாண்டுகளாக இங்கு ஆட்சி நடத்திய மன்னர்களின் கோட்டைகள், மாளிகைகள், வழிபாட்டுத் தலங்கள், ஓவியங்கள், சிற்பங்கள், பண்பாட்டுச் சின்னங்கள் என்று சும்மா தெருவில் நடந்து சென்றாலே கால இயந்திரத்தில் ஒரு சுற்று சென்று திரும்பியதுபோல் ஓர் உணர்வு. இவற்றையெல்லாம் பார்த்துச் சலித்தால் கடற்கரை மணலில் ஓய்வெடுக்கலாம், களைப்புத் தீர நீச்சலடிக்கலாம், படகில் ஏறிச் சுற்றிவரலாம்.

இஸ்தான்புல்லின் பழைய நகரத்துக்கு 'ஏழு மலை' என்று ஒரு பெயர் உண்டு. காரணம், நம்முடைய 'திருப்பதி'யைப்போலவே இந்தப் பகுதியும் ஏழு மலைகளால் சூழப்பட்டிருப்பதுதான்.

மலை, பள்ளத்தாக்கு, கடல் எல்லாமாகச் சேர்ந்து இஸ்தான்புல்லை ஒரு பசுமைப் பகுதியாக மாற்றிவிட்டிருக்கின்றன. இங்குள்ள காடுகளில் வளரும் பல தாவரங்கள், நீர்வாழ் உயிரினங்களை உலகில் வேறு எங்கும் பார்க்கமுடியாது.

இத்தனை காடுகள் இருந்தும்கூட, இஸ்தான்புல்லில் கோடைக்காலத்தின்போது நம் ஊர்போல வெயில் சுழற்றியடிக்கும். குளிர்காலத்தில் அதற்கு நேரெதிராகச் சில்லென்று பனி கொட்டும். இங்கு சுற்றுலாவுக்கு போகிறவர்கள் காலநிலைக்கு ஏற்ப உடனடி மாற்றங்களைச் செய்துகொள்ளாவிட்டால் தடுமாறிப்போவார்கள்.

தமிழில் 'கலாட்டா' என்றால் பொருளே வேறு. ஆனால் இஸ்தான்புல்லில் 'கலாட்டா' என்பது ஒரு முக்கியமான சுற்றுலாத் தலம். இங்கு உள்ள பாலத்திலோ, 'கலாட்டாக் கோபுர'த்திலோ ஏறி நின்றால் ஒட்டுமொத்த நகரத்தையும் பறவைபோலப் பார்க்கலாம்.

இஸ்தான்புல்லில் கண்டிப்பாகப் பார்க்கவேண்டிய மற்ற சில இடங்கள்: 'நீல மசூதி' என்று அழைக்கப்படும் சுல்தான் அகமது மசூதி, ஒருகாலத்தில் தேவாலயமாகவும், பின்னர் மசூதியாகவும் இருந்து இப்போது அருங்காட்சியகமாக மாற்றப்பட்டுள்ள 'ஹகியா சோபியா', ஒட்டோமன் சுல்தான்களின் 'டாப்கபி மாளிகை'கள்.

இந்த டாப்கபி வளாகத்தில் உள்ள அரண்மனைக் கட்டடங்களைவிடச் சில மரங்களைப் பார்ப்பதற்குதான் சுற்றுலாப் பயணிகள் ஏராளமாகக் குவிகிறார்கள். ஏனெனில், அந்த மரங்களை ஒரு மாறுபட்ட நோய் தாக்கியதால் அவற்றின் உள்பகுதி ஒரு குழாயைப்போல முழுவதும் அரிக்கப்பட்டுவிட்டது. ஆனாலும் இந்த மரங்கள் எந்தக் குறையும் இல்லாமல் செழிப்பாகவே வளர்ந்து நிற்கின்றன.

இதே டாப்கபியில் 'நீதி கோபுரம்' ஒன்றும் இருக்கிறது. மிகத் தொலைவிலிருந்து பார்த்தாலும் கம்பீரமாக நிமிர்ந்து நிற்கும் இந்தக் கோபுரத்தைப் பார்க்கும்போது மக்களுக்கு அரசரின் (சுல்தான்) நீதி தவறாத பண்பு நினைவுக்கு வருமாம்.

இஸ்தான்புல்லின் இன்னொரு சிறப்பு, டிராம் வண்டிகள். நடுத்தெருவில் ஒரு சின்ன ரயில் ஓடுவதுபோல் கற்பனை செய்துகொள்ளுங்கள். அதுதான் டிராம். ஒருகாலத்தில் இங்கு மிகப் புகழ் பெற்றிருந்த இந்த டிராம்களை இப்போதும் ஒரு பண்பாட்டு அடையாளமாகத் தொடர்ந்து இயக்கிக்கொண்டிருக்கிறார்கள். மிக மெதுவாக ஊர்ந்து செல்லும் இந்த வண்டிகளைச் சுற்றுலாப் பயணிகள் ஆர்வத்தோடு மொய்க்கிறார்கள்.

ஆனால் அதற்காக டிராம்கள் என்றாலே நத்தை வேகம்தான் என்று நினைத்துவிடாதீர்கள். இதே இஸ்தான்புல்லில் அதிவேகமாகப் பறக்கும் நவீன டிராம்களும் ஓடுகின்றன.

ஆசிய, ஐரோப்பிய, இன்னும் பல கலாசாரங்களின் கலவையான இஸ்தான்புல் உணவு உலகப் புகழ் பெற்றது. குறிப்பாக, இந்த ஊர் மீன் சமையலை அநேகமாக எல்லா நாடுகளும் கூச்சமில்லாமல்

காப்பியடித்திருக்கின்றன. ஆனாலும் அவையெல்லாம் இங்கு கிடைக்கும் மீன் ருசிக்கு இணையாகாது என்கிறார்கள்.

இஸ்தான்புல் சாப்பாட்டில் தவறவிடக்கூடாத வேறொரு விஷயம், அல்வா!

ஆமாம். நம் அல்வாமாதிரியே, ஆனால் கொஞ்சம் கெட்டியான ஓர் இனிப்பு வகையை இங்கு பல சுவைகளில் ருசிக்கலாம். 'டர்கிஷ் அல்வா' அல்லது 'டர்கிஷ் டிலைட்' என்று பல பெயர்களால் அழைக்கப்படுகிற இந்தச் சிறப்பு இனிப்பு இப்போது இந்தியாவில்கூடக் கிடைக்கிறது.

இஸ்தான்புல்லுக்கு லட்சக்கணக்கில் வந்து குவிகிற சுற்றுலாப் பயணிகள் ஒருபுறமிருக்க, பல நிறுவனங்கள் தங்களுடைய ஆண்டு விழாக் கூட்டங்களை இங்கு நடத்தத் தொடங்கியிருக்கின்றன. வேலைக்கு வேலை, ஓய்வுக்கு ஓய்வு, மகிழ்ச்சிக்கு மகிழ்ச்சி!

இத்துடன், ஆண்டுதோறும் இஸ்தான்புல்லில் நடக்கும் பன்னாட்டுத் திரைப்படக் கண்காட்சியும் மிகப் புகழ் பெற்றது. இதற்காக உலகெங்குமிருந்து நல்ல சினிமாவின் ரசிகர்கள் இங்கு கூடுகிறார்கள்.

இங்கு வருவதற்குக் காரணம் முக்கியமில்லை. இஸ்தான்புல்லை அனுபவிப்பது ஒன்றுதான் நோக்கம். நீங்க எப்போ புறப்படறீங்க?

★★★

7. மெக்சிகோ

நாம் வாழ்நாளில் எத்தனையோ நகைச்சுவைத் துணுக்குகளைக் கேட்டுச் சிரித்திருப்போம், முறைத்திருப்போம். ஆனால் இன்றுவரை ஒரு வரிகூடத் தெரியாத ஒரு நகைச்சுவை தமிழகம்முழுக்கப் புகழ் பெற்றிருக்கிறது என்றால், அது எழுத்தாளர் சுஜாதாவால்தான்.

புரியவில்லையா? 'மெக்சிகோ சலவைக்காரி ஜோக்'கைத்தான் சொல்கிறோம். இந்த நகைச்சுவையைப்பற்றிச் சுஜாதா பலமுறை குறிப்பிட்டிருந்தாலும், அது உண்மையில் என்ன என்பதை அவர் சொல்ல மறுத்துவிட்டார். இன்றைக்கும் பலர் அதைப் பலவிதமாக ஊகித்துக்கொண்டிருக்கிறார்கள். ஆனால் உண்மையான 'மெக்சிகோ சலவைக்காரி ஜோக்' எதுவோ, சுஜாதாவுக்குமட்டும்தான் தெரியும்!

நகைச்சுவையை விடுங்கள், நாம் மெக்சிகோவைப்பற்றிப் பார்ப்போம்!

மெக்சிகோ நகரமும் சரி, நாடும் சரி, மிகப் பழைமையானவை. அதனால், இன்றைக்கும் இங்கு நிகழ்கிற அகழ்வாராய்ச்சிகளில் தோண்டத் தோண்டப் புதுப்புது வியப்புகள் கிடைத்துக் கொண்டுதான் இருக்கின்றன.

இந்த ஒரு காரணத்தாலேயே பழங்காலப் பண்பாடுகளைப்பற்றித் தெரிந்துகொள்ள ஆசைப்படுகிற பலர் மெக்சிகோவை நாடி வருகிறார்கள். நம் ஊரில் புதுப்படம் வெளியாகும்

திரையரங்கங்களின் வாசல்களைப்போல் இங்குள்ள அருங்காட்சியகங்களில் ஒவ்வொரு நாளும் கூட்டம் நிரம்பி வழிகிறது.

மெக்சிகோவின் இன்னொரு முதன்மையான சிறப்புப் பண்பு, அவர்களுடைய கலை வளம். டியகோ ரிவெரா, ஜோஸெ க்ளெமென்டெ, டேவிட் அல்ஃபரோ, ரஃபினோ தமயா உள்ளிட்ட பல கலைஞர்கள் உலகத் தரத்திலான சிறந்த படைப்புகளை இந்த நகரெங்கும் தூவிச் சென்றிருக்கிறார்கள். இவர்கள் வடித்த சிலைகள், ஓவியங்கள், சிற்பங்களின் நுணுக்கமான அழகைப் பார்த்து ரசிப்பது தனி அனுபவம்!

சென்ற பத்தியிலேயே கவனித்திருப்பீர்கள். மெக்சிகோ நாட்டுப் பெயர்கள் ரொம்பக் கரடுமுரடானவை. அவை அத்தனை எளிதில் நம் வாயில் நுழைந்துவிடாது. அதனால் என்ன? கொஞ்சம் சிரமப்பட்டு உச்சரித்துக்கொண்டாவது ஒவ்வொரு முதன்மைப் பகுதியாகச் சுற்றிவந்துவிடலாம்.

மெக்சிகோவின் பழங்கால ஆட்சியாளர்களான ‘அஜ்டெக்’ மரபினர் இங்கு கட்டிவைத்த ஒரு கோவில் வளாகம் ‘டெம்ப்ளோ மயொர்’. ஒருகாலத்தில் பூமிக்குள் புதைந்து கிடந்த இந்த வழிபாட்டுத்தலத்தை எதிர்பாராதவிதமாகக் கண்டறிந்து அகழ்ந்தெடுத்திருக்கிறார்கள். இங்குள்ள சிலைகளும் மற்ற (அந்தக்கால) அன்றாடப் பயன்பாட்டுப் பொருள்களும் மிகச் சிறப்பான வரலாற்றுப் பதிவுகள்.

இதற்கு நேர் எதிராக, இதே மெக்சிகோ நகரில் இப்போது தரைக்கு வெளியில் இருக்கும் பல கட்டடங்கள் கொஞ்சம் கொஞ்சமாக மணலுக்குள் புதைந்துகொண்டிருக்கின்றன. எடுத்துக்காட்டாக, இங்குள்ள மிகப் புகழ்பெற்ற ‘கதீட்ரல் மெட்ரபொலிடானா’ என்ற ஆலயம்.

நம் ஊரில் வறண்ட ஏரிப் பகுதிகளை மனையாக்கி விற்கிறார்கள். அதுபோல, ஒருகாலத்தில் பெரிய நீர்நிலையாக இருந்த ஓர் ‘ஏரி’யாவில்தான் மெக்சிகோ நகரமே கட்டப்பட்டிருக்கிறது. இதனால், பல மிகப் பெரிய கட்டடங்களுடைய அடித்தளங்கள் வலிமை போதாமல் மெல்ல மணலுக்குள் புதைகின்றன. ’கதீட்ரல் மெட்ரபொலிடானா’வில் இதைச் சுட்டிக்காட்டுவதற்காக ஒரு சிறப்பு ஊசலைப் (பெண்டுலம்) பொருத்தியிருக்கிறார்கள்.

அஜ்டெக் ஆட்சியாளர்கள் மெக்சிகோவுக்குக் கொடுத்திருக்கிற இன்னொரு கொடை, 'சோசிமில்கொ' என்கிற பசுமைப் பூங்கா.

மற்ற பூங்காக்களைப்போல் இங்கு நீங்கள் காலாற நடந்து செடிகொடிகள், பூக்களைப் பார்வையிடமுடியாது. இதற்கென்றே வடிவமைக்கப்பட்டிருக்கிற சிறப்புப் படகுகளில் பயணம் செய்து இரு கரைகளிலும் பச்சைப் போர்வை விரித்திருக்கிற இயற்கையையும் பல வண்ணப் பூக்களையும் பார்த்து ரசிக்கலாம்.

இன்னொரு சிறப்பு, இப்படிப் படகுப் பயணம் செய்து கொண்டிருக்கிறவர்களைச் சுற்றிவருகிற விற்பனையாளர்கள். இவர்களிடம் பலவிதமான உள்ளூர் உணவுப் பண்டங்கள், கலைப் பொருள்கள், பூக்கள், இன்னும் பல பொருட்கள் கிடைக்கின்றன. இதற்கெல்லாம் மேலாக, எழில் மிகுந்த மெக்சிகோ நாட்டுப் பண்பாட்டு உடைகளையும் பலவிதமான அழகுப்பொருட்களையும் அணிந்திருக்கிற இந்த விற்பனையாளர்களைப் புகைப்படம் பிடிப்பதற்காகவே பல சுற்றுலாப் பயணிகள் இங்கு திரும்பத் திரும்ப வருகிறார்கள்!

இன்னொருபக்கம், 'மிதக்கும்' கச்சேரிகளும் நடக்கும். அழகுபடுத்தப்பட்ட படகுகளில் விதவிதமான இசைக் கருவிகளுடன் உள்ளூர் இசையை வாசித்தபடி மெக்சிகோக் கலைஞர்கள் மிதந்துவருவார்கள். அவர்கள் உங்களுக்கென்று தனியாக வாசிக்கவேண்டும் என்று நீங்கள் விரும்பினால், அதற்குரிய கட்டணத்தைச் செலுத்தவேண்டும். அதன்பிறகு, இசைக் கலைஞர்கள் உங்களுடைய படகுக்குள்ளேயே வந்து கச்சேரியைத் தொடர்வார்கள்.

மெக்சிகோவில் 'மெர்கடோ' என்றால் சந்தை என்று பொருள். பூக்கள், காய்கறிகள், பழங்கள், இறைச்சி, நகைகள், கலைப் பொருள்கள் என ஒவ்வொன்றுக்கும் இங்கு தனித்தனி 'மெர்கடோ'க்கள் இருக்கின்றன. இருபத்து நான்கு மணி நேரமும் திறந்திருக்கும் ஏடிஎம், அதாவது, 'எனி டைம் மெர்கடோ'கூட உண்டு.

ஆனால் ஒன்று, இந்த மெர்கடோக்களில் பொருட்களை வாங்கப் போகிறவர்கள் தங்கள் பணப்பையைப் பாதுகாப்பாகப் பார்த்துக்கொள்ளவேண்டும். இங்கு எந்நேரமும் கூட்ட நெரிசல்

மிகுந்திருப்பதால் ஆங்காங்கு ‘பிக்பாக்கெட்’ அடிக்கிற திருடர்கள் இருப்பார்களாம். இதேபோல், நிறுத்திவைக்கப்பட்டிருக்கும் கார்களில் இருந்து பொருள்கள், உதிரிப் பாகங்களைத் திருடுவதற்காகவே ஒரு பெரிய கும்பல் அலைகிறதாம்.

சாப்பாட்டு விஷயத்தில் மெக்சிகோவுக்கும் நமக்கும் பல ஒற்றுமைகள் உண்டு. நம் ‘ஆந்திரா’வைப்போல விதவிதமான மிளகாய்களைப் பயன்படுத்திக் காரசாரமாகச் சமைத்து அசத்துவார்கள். இதனாலேயே மெக்சிகோ சமையல்முறை உலகம்முழுக்கப் புகழ் பெற்றிருக்கிறது.

நாம் அரிசி, கோதுமையைப் பயன்படுத்துவதுபோல் மெக்சிகோவில் சோளமாவுதான் அடிப்படை உணவு. இதைப் பயன்படுத்திச் செய்கிற ‘டார்ட்டில்லா’ என்ற பண்டம் கிட்டத்தட்டச் சப்பாத்தியைப்போலவே இருக்கும், அதில் இறைச்சி அல்லது காய்கறிகளைப் பொதித்துவைத்து விதவிதமான பண்டங்களைச் சமைக்கிறார்கள்.

காரசாரமான சமையல், வெயில் கொளுத்தும் சூழ்நிலை, இதையெல்லாம் நேர் செய்வதற்கு விதவிதமான பானங்கள் வேண்டாமா? காஃபி, ஹாட் சாக்லெட் தொடங்கி பியர், ஒயின், டக்கீலாவரை மெக்சிகோவின் பானங்களும் மிகவும் புகழ் பெற்றவை.

ஆண்டுமுழுவதும் மெக்சிகோவுக்கு வருகிற சுற்றுலாப் பயணிகளின் கூட்டம் குறைவதே இல்லை. அதற்கு முக்கியக் காரணங்கள் மூன்று: அமெரிக்காவுக்குக் கூப்பிடுதொலைவில் இருப்பது, பழைமையும் புதுமையும் நேர்த்தியோடு ஒருங்கிணைந்த கலவையாக மின்னுவது, பணக்காரர்களில் தொடங்கிக் காசை எண்ணி எண்ணிச் செலவழிக்கிறவர்கள்வரை அனைவருக்கும் ஏற்ற சுற்றுலா அனுபவங்களை வழங்குவது!

★★★

8. துபாய்

மத்தியக் கிழக்கு ஆசியாவில் சின்னதும் பெரியதுமாகப் பல நாடுகள் உண்டு. ஆனால் நம் ஊரில் அவை எல்லாவற்றுக்கும் சேர்த்து ஒரே ஒரு பெயர்தான் வைத்திருக்கிறோம்: 'துபாய்!'

'அவனுக்கென்னப்பா? நிம்மதியாத் துபாய்ல வேலைக்குச் சேர்ந்துட்டான்' என்று மிக இயல்பாகச் சொல்லிவிடுகிறோம். உண்மையில் அந்த 'அவன்' வேலைக்குச் சேர்ந்த இடம் துபாயாக இருக்கலாம், சவுதி அரேபியாவாக இருக்கலாம், பஹ்ரைனாக இருக்கலாம், அபு தாபியாக இருக்கலாம், ஆனால் நம்மைப்பொறுத்தவரை இவை எல்லாம் 'துபாய்'தான்.

அப்படி என்னதான் இருக்கிறது துபாயில்?

இந்தக் கேள்வியைக் கொஞ்சம் மாற்றிப்போட்டு 'என்ன இல்லை துபாயில்?' என்று கேட்டால் பதில் சொல்வது மிக எளிது. 'ராமர் ஆட்சியில் இல்லாததே இல்லை' என்று சொல்வார்களே, அதுபோலப் பாலைவனத்தின் நடுவில் அமைந்துள்ள சோலைவனமாகப் புகழப்படும் துபாயில் இல்லாத விஷயங்களே இல்லை. வளம், செல்வச் செழிப்பு, வசதிகள் அனைத்துக்கும் இருப்பிடம் இது.

அதே நேரம், இங்கே செல்வந்தர்கள்தான் வாழ்கிறார்களா என்றால், அதுவும் இல்லை. அன்றாடச் சம்பளத்துக்கு வேலை செய்கிற எளிய பணியாளர்களில் தொடங்கித் திகட்டத் திகட்டப் பணத்தில்

திளைக்கிறவர்கள்வரை எல்லாரும் பிழைத்துக்கொள்ளக்கூடிய ஒரு நகரமாக இருக்கிறது துபாய்.

வேறெந்த உலக நகரங்களையும்போல இங்கும் கேரளச் சேட்டன்கள், சேச்சிகள் நிறைய பேர். எந்தத் தெருவிலும் எந்தக் கடையிலும் ஒரு மலையாளக் குரலையாவது கேட்காமல் வெளியில் வரமுடியாது.

துபாயின் முதன்மையான ஒரு சிறப்பு, இரண்டு, மூன்று தலைமுறைகளுக்குமுன்னால் 1960களில்கூட இது ஒரு மிக எளிய பாலைவன நகரமாகத்தான் இருந்தது. அடுத்த முப்பது, முப்பத்தைந்து ஆண்டுகளுக்குள் உலகில் வேறு எங்கும் பார்த்திருக்கமுடியாத அதிவேக வளர்ச்சியை எட்டிவிட்டார்கள்.

இந்த முன்னேற்றத்தைக் காட்சிப்படுத்துகிற ஓர் அழகிய அருங்காட்சியகம் துபாயின் தனிப்பெருமைகளில் ஒன்று. பதினெட்டாம் நூற்றாண்டில் கட்டப்பட்ட 'அல்-ஃபாஹிதிக் கோட்டை'யில் அமைந்திருக்கும் இந்த அருங்காட்சியகத்தில் துபாய் நகரத்தின் படிப்படியான வளர்ச்சியைப் பொருள்களாக, ஓவியங்களாக, பல்லூடகப் (மல்ட்டிமீடியா) படங்களாகப் பார்க்கலாம், பாலைவனத்தில் வெவ்வேறு மிருகங்கள் எப்படி வாழ்க்கை நடத்துகின்றன என்று கண்ணெதிரில் பார்த்துத் தெரிந்துகொள்ளலாம், இன்னொரு பக்கம் தண்ணீருக்குள் மூழ்கி முத்தெடுக்கும் நுட்பத்தை நேரலையாகப் பார்க்கலாம், இப்படி இன்னும் என்னென்னவோ சுவையான விஷயங்கள்.

துபாயில் பல அழகிய மசூதிகள் நிறைந்திருந்தாலும், பெரும்பாலானவற்றில் இஸ்லாமியர்கள்மட்டும்தான் நுழைய முடியும். அரிதாக, ஜுமைரா என்கிற ஒரு மசூதியில்மட்டும் அனைவரையும் அனுமதிக்கிறார்கள். புதிதாக வருகிறவர்கள் இங்கு கண்டிப்பாகக் காணவேண்டிய ஒரு விஷயம், இஸ்லாம் மதத்தின் தோற்றம், வளர்ச்சி, பண்பாட்டைப்பற்றி விளக்குகிற சிறு சுற்றுலா.

நவீன துபாயின் பெருமைக்குரிய ஓர் அடையாளம், 'புர்ஜ் அல் அராப்' என்கிற ஏழு நட்சத்திர விடுதி. பாய்மரம் போன்ற வடிவத்தில் கட்டமைக்கப்பட்டுள்ள இந்தக் கடலோர விடுதியின் வரவேற்புப் பகுதியில் இரண்டு மாடி உயரத்துக்குப்

பெரிய தொட்டிகளை அமைத்து நிஜ மீன்களைத் துள்ளி விளையாடவிட்டிருக்கிறார்கள்.

மீன் தொட்டிகள்மட்டுமில்லை, இங்கு தங்குகிறவர்களின் வங்கிக் கணக்கும் மிகப் பெரியதாக இருக்கவேண்டும். விடுதியின் மொட்டை மாடியிலேயே நேரடியாக ஹெலிகாப்டரில் வந்து இறங்கி உள்ளே நுழைகிற அளவுக்குச் செல்வத்தில் புரள்கிறவர்களுக்குதான் இங்கு தங்குவது வசதிப்படும்.

இதனால், நம்மைமாதிரி பொதுமக்கள் 'புர்ஜ் அல் அராப்'க்குள் சும்மா சுற்றிப்பார்க்கக்கூட எளிதில் நுழைந்துவிடமுடியாது. குறைந்தபட்சம் அங்குள்ள உணவகங்களில் யானை விலை, குதிரை விலை கொடுத்துத் தேநீர், காஃபியாவது சாப்பிடவேண்டும்.

சாப்பிட்டால் போச்சு என்று கிளம்புகிறீர்களா? கொஞ்சம் பொறுங்கள். புர்ஜ் அல் அராப் உணவகங்களில் வழக்கமான ஒரு கோப்பைக் காஃபியின் விலை ஆயிரம் ரூபாய்க்கு மேல். அப்படியானால் மற்ற உணவுப் பொருட்களின் விலையைக் கணக்கிட்டுக்கொள்ளுங்கள். நமக்கு அது கட்டுப்படியாகாவிட்டால் தொலைவில் இருந்து புகைப்படம் எடுத்துக்கொண்டு திரும்பவேண்டியதுதான்.

இதேபோல், துபாயில் மிகப் பெரிய பணக்காரர்களுக்காகமட்டும் ஒதுக்கப்பட்டிருக்கும் இன்னோர் இடம், 'பாம் தீவு'. பனைமரத்தின் வடிவத்தில் உருவாக்கப்பட்டிருக்கும் மிக அழகான இந்தச் செயற்கைத் தீவில் பல வீடுகள் உள்ளன. அவை அனைத்தும் பல நாடுகளைச் சேர்ந்த புகழ்பெற்ற ஆளுமைகளுக்குச் சொந்தமானவை. எடுத்துக்காட்டு வேண்டுமென்றால், நம் ஊர் அமிதாப் பச்சன், ஷாருக் கான், வெளியூரில் ரோஜர் ஃபெடரர், மைக்கேல் ஷூமேக்கர், இன்னும் பலர்.

அது சரி. துபாய் பாலைவன நகரம் இல்லையோ? திரும்பத் திரும்பக் கடல், தண்ணீர் என்றே பேசிக்கொண்டிருக்கிறோம். சுற்றி எங்கேயும் பாலைவனங்களையே காணோமே?

அதற்கு நீங்கள் தனியே ஒரு பயணம் போகவேண்டும். 'டெஸர்ட் சஃபாரி' என்ற பெயரில் நம்மைப் பாலைவனத்துக்கு அழைத்துச்சென்று (ஒட்டகங்களில் இல்லை, நாலு சக்கர வாகனங்களில்தான்) சுற்றிக்காட்டுவார்கள். அங்கேயே தங்கி இரவு நேரப் பாலைவனத்தை ரசிக்கிறவர்களும் உண்டு.

துபாயில் வேறு சில ‘சிறப்பு’ப் பொழுதுபோக்குகளும் உண்டு. குறிப்பாக, பாலைவனங்களில் கூடாரம் அமைத்துத் தங்குவது, ஒட்டகப் பயணம், ‘ஹூக்கா’ பிடித்துக்கொண்டு பெல்லி நடனத்தை ரசிக்கிற இரவுக் கூத்துகளெல்லாம் இங்கு மிகவும் புகழ் பெற்றவை.

சாப்பாட்டைப் பொறுத்தவரை, துபாயில் என்ன சிறப்பு என்று பார்த்தால் அரேபிய உணவுகள்தான். ஆனால் மற்ற நாட்டுக்காரர்கள் சிரமப்படவேண்டியிருக்காது. அநேகமாக எல்லா நாட்டு உணவுவகைகளும் இங்கு எளிதில் கிடைக்கும்.

ஷாப்பிங்?

அது இல்லாமலா? இங்கு ஆண்டுதோறும் நடக்கிற ‘துபாய் ஷாப்பிங் திருவிழா’ உலகப் புகழ் பெற்றது. இதற்காகவே பல நாடுகளில் இருந்து மக்கள் புறப்பட்டு வந்து ஊரைச் சுற்றிப்பார்த்துவிட்டு நிறையப் பொருள்களை வாங்கிக் குவித்துக்கொண்டு வீங்கிய பெட்டிகளோடு திரும்பிச் செல்வார்கள்.

சுற்றுலாப் பயணிகள் துபாயில் நிறைய வாங்குகிற விஷயம், தங்கம். அப்புறம் ஆடைகள், நறுமண எண்ணெய்கள், மசாலாப் பொருள்கள்.

துபாயில் ‘உள்ளூர் ஷாப்பிங்’ ஒரு புதுமையான அனுபவம். கிட்டத்தட்ட நம் ஊர் வாரச்சந்தையைப்போலப் பல நீண்ட வரிசைகளில் சிறிய பெட்டிக் கடைகளை அடுக்கிவைத்துப் பல்வேறு பொருள்களையும் விற்பார்கள். ஆனால், எதையும் ஒன்றுக்குப் பாதியாகப் பேரம் பேசி வாங்கவேண்டும். இல்லாவிட்டால் நம் தலையில் மசாலா அரைத்துவிடுவார்கள்.

பாலைவன நகரமான துபாயில் கோடைக் காலத்தின்போது வழக்கத்தைவிடக் கூடுதலான வெப்பம் கொளுத்தும். ஆனால் அந்த நேரத்தில்தான் தங்கும் விடுதிகளின் வாடகைகளில் தொடங்கிப் பொருள்களின் விலைகள்வரை அனைத்தும் மிக மலிவாக இருக்குமாம். பணத்தை மிச்சப்படுத்த நினைக்கிறவர்கள் வெக்கையைப் பொருட்படுத்தாமல் ஒரு நடை போய்வரலாம்!

★★★

9. சிட்னி

ஒரே ஒரு ஊரிலே ஒரே ஒரு தீவு. ஒரே ஒரு தீவிலே ஒரே ஒரு சிறை.

அதுவும் சிறிய சிறை இல்லை, அந்தக் காலத்தில் உலகின் மாபெரும் சிறைச்சாலை அதுதான். மேற்கத்திய நாடுகளில் யார் பெரிய தவறு செய்தாலும் கப்பலில் தூக்கிப்போட்டு இங்கு அனுப்பிவைத்துவிடுவார்கள்.

இப்படிச் சிறைச்சாலையாக உருவாகத் தொடங்கிய ஊர் இன்றைக்கு உலகின் முன்னணி நகரங்களில் ஒன்றாக வளர்ந்திருக்கிறது என்றால் நம்புவீர்களா?

அதுதான் சிட்னி. ஒரு காலத்தில் இந்த ஊருக்கு வருவது ஒரு மிகப் பெரிய தண்டனையாகக் கருதப்பட்டது. ஆனால் இப்போது அதே ஊர் உலக அளவில் மிகச் சிறந்த வாழ்க்கைத்தரம் கொண்ட 10 நகரங்களின் பட்டியலில் இடம் பிடித்திருக்கிறது, சுற்றுலாப் பயணிகளைச் சுண்டியிழுக்கிறது.

பலரும் நினைப்பதுபோல் சிட்னி ஆஸ்திரேலியாவின் தலைநகரம் இல்லை. ஆனால் அந்த நாட்டின் மிகப் பெரிய, மிகப் பழைமையான நகரம் சிட்னிதான். முதன்முதலாக இங்கு குடியேறிய வெளிநாட்டவர்கள்தான் ஆஸ்திரேலியா முழுமையையும் படிப்படியாக உருவாக்கினார்கள்.

இன்றைக்கும் ஆஸ்திரேலியப் பொருளாதாரத்தில் கிட்டத்தட்டக் கால்வாசிப் பங்கு சிட்னியிலிருந்துதான் வருகிறது. அந்நாட்டின் நிதி, வர்த்தகம், தொழில் முன்னேற்றம் என அனைத்தும் சிட்னியில்தான் மையம்கொண்டிருக்கின்றன. அதனால் இங்கு மக்களின் சராசரி வருமானம் நிறைவாக இருக்கிறது, வேலையில்லாத் திண்டாட்டம் குறைவாக இருக்கிறது.

அதனால்தான் ஆஸ்திரேலியாவில்மட்டுமின்றி உலகம்முழுவதிலுமிருந்து மக்கள் இங்கு ஆர்வத்தோடு வருகிறார்கள், தொழில் நடத்த, வேலை செய்ய, படிக்க, அல்லது சும்மா ஊர் சுற்ற!

சிட்னியின் சிறப்புகளில் ஒன்று, இங்கே ஆண்டுமுழுவதும் திருவிழாதான். இந்த ஊர் மக்களுக்குக் கொண்டாட ஒரு காரணமே தேவையில்லை. ஒவ்வொரு மாதமும், ஒவ்வொரு வாரமும் ஏதேனும் ஒரு சாக்கு சொல்லிக்கொண்டு திருவிழாக் கொண்டாட்டங்களைத் தொடங்கிவிடுவார்கள். தெருவோரங்கள் தொடங்கி மிகப் பெரிய அரங்குகள்வரை நடனம், நாடகம், இசை நிகழ்ச்சிகள், ஓவிய, சிற்பக் கண்காட்சிகள், விளையாட்டுப் போட்டிகள் என்று ஆண்டுமுழுக்கக் களைகட்டும்.

இதற்கு ஒரு நல்ல சான்று, சிட்னியின் உலக அடையாளமாகத் திகழும் 'ஓபரா ஹவுஸ்'. புதுமையான கட்டடக்கலை வடிவமைப்பு, அழகிய தோற்றம், சிறப்பான ஒலி அமைப்புகள் என எல்லாவிதங்களிலும் சிறந்து விளங்கும் இந்த அரங்கத்தைப் பார்ப்பதற்காகமட்டும் சிட்னிக்கு வருகிற சுற்றுலாப் பயணிகள் ஏராளம்.

ஓபரா ஹவுஸ்போலவே, சிட்னி துறைமுகப் பாலமும் உலகப் புகழ் பெற்றது. இந்நகரத்தின் வடக்கு மற்றும் தெற்குப் பகுதிகளை ஒருங்கிணைக்கிற இந்த இரும்புப் பாலம் உலகின் மிகப் பெரிய பாலங்களில் ஒன்று.

இந்தப் பாலம்மட்டுமில்லை, சிட்னியில் வழக்கமான வீடுகள், அலுவலகங்கள், தொழிற்சாலைகள் என ஒவ்வொன்றிலும் மிகப் புதுமையான, அதே நேரம் நன்கு பயன்படக்கூடிய கட்டடக்கலை நுட்பங்களைப் பார்க்கலாம். அந்த விதத்தில் பல நாட்டுக் கட்டடப் பாணிகளின் ஒன்றுகூடல் என்றே இந்த நகரத்தைச் சொல்லலாம்.

சிட்னி மக்களுக்கும் சரி, கட்டடக் கலைஞர்களுக்கும் சரி,

தீப்பெட்டியைப்போல ஒரேமாதிரி கட்டிக்கொண்டே போவது பிடிக்காது. பெரும்பாலான கட்டடங்களில் ஆங்காங்கு நாம் சற்றும் எதிர்பாராத இடங்களில் புதுமையான சிற்பங்களைப் பொதித்துவைத்து வியக்கவைப்பார்கள்.

அதற்காகச் சிட்னிமுழுக்க வெறும் கட்டடங்கள்தான் என்று நினைத்துவிடவேண்டாம். நகரப் பரபரப்பு, வாகன இரைச்சலையெல்லாம் தாண்டிக் காரிலோ, ரயிலிலோ கொஞ்சம் வெளியில் சென்றால், ராயல் நாட்டுப் பூங்கா, ப்ளூ மவுன்டைன் மலைகள் என்று பசுமையாகச் சுற்றிவரலாம், மலையேறலாம், ஒயின் தயாரிக்கிற திராட்சைத் தோட்டங்களைப் பார்வையிடலாம், இப்படி இயற்கைச் சுற்றுலா போகும் வழியில் உள்ள சின்னச்சின்ன கிராமங்களையெல்லாம் ரசித்து மகிழலாம்!

இதெல்லாம் போதாது என்றால், கடற்கரைகளில் தஞ்சம் புகுந்துவிடலாம்!

சிட்னி நெடுகிலும் சிறியதும் பெரியதுமாகப் பலவிதமான கடற்கரைகள் நீள்கின்றன. இங்கு நீச்சல் அடிப்பதற்கும், சும்மா மணலில் சாய்ந்து இதமான வெயிலை அனுபவிப்பதற்கும் நாள்முழுக்கக் கூட்டம் குவியும்.

இந்தப் பகுதி கடற்பறவைகளுக்கும் புகழ் பெற்றது. இந்தப் பறவைகளையும், சிட்னியின் இரண்டு துறைமுகங்களில் வந்து சேர்கிற விதவிதமான கப்பல்களையும் குழந்தைகள் மணிக்கணக்காகப் பார்த்து மகிழ்கிறார்கள்.

இதற்குமேல் கொஞ்சம் காசு செலவழிக்கக்கூடியவர்கள் நல்ல சொகுசுக் கப்பலாகப் பார்த்து ஏறிக்கொள்ளலாம், தண்ணீர் நாடான சிட்னியை மகிழ்ச்சியாகவும் பொறுமையாகவும் பார்த்து ரசிக்கலாம்.

'தண்ணீர் நாடு' என்கிற பெயருக்கு இன்னொரு பொருளும் உண்டு, சிட்னியில் மதுவகைகள் ஏராளம். இங்கு தண்ணீரைவிடக் கூடுதலாகப் பியர் பருகுவார்கள். மற்ற ஆல்கஹால் சரக்குகளும் ஆறாகப் பெருக்கெடுத்து ஓடும்.

சிட்னிச் சமையலும் உலகப் புகழ் பெற்றது. இங்குள்ள உணவு வகைகளில் பல பண்பாடுகள் ஒருங்கிணைந்து தென்பட்டாலும்,

உள்ளூர்த் தனிச் சிறப்பு கடல் உணவுகள்தான், குறிப்பாக மீன் மற்றும் இறால்.

அப்புறம், இங்கு கங்காருக் கறி மிகவும் புகழ் பெற்றது. கொஞ்சம் மெனக்கெட்டுத் தேடினால் நம் ஊர் உணவுவகைகளும்கூடத் தாராளமாகக் கிடைக்கும். விலைதான் கொஞ்சம் எகிறியிருக்கும்!

சாப்பாட்டில்மட்டுமில்லை, பொதுவாகவே சிட்னி மிகவும் விலையுயர்ந்த நகரம்தான். நாம் எவ்வளவுதான் கஷ்டப்பட்டுச் செலவைக் கட்டுப்படுத்தினாலும், நம் பணத்தை விழுங்காமல் விடாது.

இங்கு வருகிற சுற்றுலாப்பயணிகள் தங்குவதற்கு, சாப்பாட்டுக்கு, பொருட்களை வாங்குவதற்கு என்று செலவழிப்பதைப்போலவே சூதாட்டத்திலும் நிறையக் காசை விடுகிறார்கள். பெரும்பாலான உணவகங்களிலும் தங்குமிடங்களிலும் வணிக மையங்களிலும் நேரடியாகவோ, இயந்திரங்களிலோ சூதாட்டம் தொடர்ந்து நடந்துகொண்டே இருக்கும். அதனால், இங்கு வருகிறவர்கள் தங்கள் கையைக் கொஞ்சம் கட்டிவைப்பது நல்லது.

சிட்னியில் ஆண்டுக்குப் பத்து மாதங்களுக்குமேல் நல்ல காலநிலை உண்டு. அதனால்தான் இங்கு உள்ளூரில் பிறந்து வளர்ந்தவர்களைவிடச் சுற்றுலாப் பயணிகள், வெளிநாடுகளிலிருந்து இங்கு வந்து குடியேறியவர்களின் எண்ணிக்கை கூடுதல்.

இந்த மாற்றத்தின் மறுபக்கம், கடந்த சில ஆண்டுகளாகச் சிட்னியில் வெளிநாட்டுக் குடிமக்களுக்கு எதிரான குற்றங்கள் பெருகிவருகின்றன. ஆஸ்திரேலிய அரசாங்கமும் காவல்துறையும் அதைக் கட்டுப்படுத்தும் முயற்சிகளை முடுக்கிவிட்டிருக்கிறார்கள்.

ஆனால் ஒன்று, இப்படி எத்தனை உள், வெளி அரசியல்கள் இருப்பினும், சிட்னியின் நட்பு முகம் என்றைக்கும் மாறாது. அதுதான் அந்நகரத்தின் மிகப் பெரிய பலம்!

★★★

தெளிவான எழுத்தும் ஆழமான ஆய்வும் நிறைந்த நூல்களுக்காகத் தமிழ் வாசகர்களிடையில் நன்கு அறியப்பட்டுள்ள என். சொக்கன் - புனைவு, வாழ்க்கை வரலாறு, நிறுவன வரலாறு, தன்னம்பிக்கை, சிறுவர் இலக்கியம் உள்ளிட்ட துறைகளில் இதுவரை எழுபதுக்கும் மேற்பட்ட நூல்கள், நூற்றுக்கணக்கான கதைகள், கட்டுரைகளை எழுதியுள்ளார். விரிவான ஆய்வுகள், சான்றுகளின் அடிப்படையிலான ஆழமான வரலாற்று நூல்களைத் தமிழில் எழுத இயலும், அவற்றைப் பெரும்பான்மை வாசகர்களுக்குக் கொண்டுசேர்க்கவும் இயலும் என்பதைப் பலமுறை நிரூபித்த எழுத்து வகை இவருடையது.

தமிழ், ஆங்கிலம் ஆகிய இரு மொழிகளிலும் எழுதும் சொக்கனுடைய நூல்கள் ஹிந்தி, கன்னடம், மலையாளம் உள்ளிட்ட பல மொழிகளில் மொழிபெயர்ப்பாகியுள்ளன.

www.ingramcontent.com/pod-product-compliance
Lightning Source LLC
LaVergne TN
LVHW090405051026
849518LV00006B/2237
9789348439291